# Hoa sen trên lòng bàn tay tôi
*Karatala Kamala*

Translated to Vietnamese from the English
version of Lotus on my Palm

Devajit Bhuyan

**Ukiyoto Publishing**

Tất cả các quyền xuất bản toàn cầu được nắm giữ bởi

**Nhà xuất bản Ukiyoto**

Xuất bản năm 2024

Nội dung Bản quyền © Devajit Bhuyan

**ISBN 9789362692108**

*Đã đăng ký Bản quyền.*

*Không phần nào của ấn phẩm này được phép sao chép, truyền tải hoặc lưu trữ trong hệ thống truy xuất dưới mọi hình thức bằng bất kỳ phương tiện nào, điện tử, cơ khí, sao chụp, ghi âm hoặc cách khác mà không có sự cho phép trước của nhà xuất bản.*

*Quyền nhân thân của tác giả đã được khẳng định.*

*Cuốn sách này được bán với điều kiện là nó không được cho mượn, bán lại, cho thuê hoặc lưu hành mà không có sự đồng ý trước của nhà xuất bản, dưới bất kỳ hình thức ràng buộc hoặc bìa nào khác ngoài hình thức có trong đó. được phát hành.*

www.ukiyoto.com

Cuốn sách này được dành tặng cho Śrīmanta Śaṅkaradeva và tất cả những người sống trên khắp thế giới, những người tin rằng linh hồn của chó, cáo và lừa cũng là cùng một vị thần, Rama

(Kukura Shrigalo Gadarbharu Atma ram, janiya xabaku koriba pranam)

"*Chúa tối cao vẫn ở trong linh hồn của chó, cáo hay lừa,*

*Biết điều đó thì tôn trọng mọi chúng sinh.*"

- Srimanta Sankardev (1449-1568)

# Nội dung

Lời nói đầu ........................................................................... 1

Hoa sen trên lòng bàn tay tôi ............................................ 3

Tôn giáo đơn giản của Sankardeva ................................... 4

Tôn giáo của một sự phục tùng ......................................... 5

Sankardeva nên quay lại lần nữa ...................................... 6

Trong tôn giáo của Sankardeva ......................................... 7

Nhận rác thải ở Sankardeva .............................................. 8

Đệ tử đến thăm Sankardeva .............................................. 9

Đạo sư Phổ quát Sankardeva .......................................... 10

Vàng của Assam ............................................................... 11

Brindavani bastra (vải) của Sankardeva ......................... 12

Vua của trái tim ............................................................... 13

Khởi hành của Sankardeva .............................................. 14

Đôi chân của thần Shiva .................................................. 15

Tôn giáo trong sự kìm kẹp của tiền bạc .......................... 16

Người cầu nguyện ............................................................ 17

Tiền bạc ............................................................................ 18

Tê giác Assam .................................................................. 19

Người đàn ông ................................................................. 20

Thung lũng sôi động ........................................................ 21

Assam hưng thịnh ............................................................ 22

Tránh uống rượu .............................................................. 23

Chiến tranh ...................................................................... 24

Làm tốt lắm ...................................................................... 25

Không ai là bất tử ............................................................ 26

Lễ hội sắc màu (Holi) ...................................................... 27

chital ................................................................................ 28

| | |
|---|---|
| mùa lễ hội | 29 |
| Tuổi | 30 |
| Yêu mẹ của bạn | 31 |
| Tháng tư | 32 |
| Dasaratha (câu chuyện Ramayana) | 33 |
| Bharata | 34 |
| Lakshmana | 35 |
| Laba (Con trai của Rama) | 36 |
| Tìm kiếm Chúa | 37 |
| Cỗ xe của con đường trung thực | 38 |
| Hãy chăm sóc tâm trí | 39 |
| Đừng lãng phí thời gian | 40 |
| Nỗi đau tâm trí | 41 |
| Chăm sóc cơ thể | 42 |
| Bước đi của trẻ | 43 |
| Sự hài hước của Madan | 44 |
| Coco chú chó kỳ diệu | 45 |
| Gió | 46 |
| Thảo dược thiên nhiên | 47 |
| Tâm trí sợ hãi | 48 |
| Nỗi sợ hãi của cây cối | 49 |
| Chính trị thay đổi đảng (ở Ấn Độ) | 50 |
| Màu sắc mới | 51 |
| Gặp nhau ở kiếp sau | 52 |
| bắt nạt | 53 |
| Thầy tu | 54 |
| Hãy để mặt trời mọc | 55 |
| Bharata, nhanh lên | 56 |
| Yêu tất ca các bạn | 57 |

| | |
|---|---|
| Tom, cậu bắt đầu làm việc đi | 58 |
| Vào lúc chết | 59 |
| Chim sẻ nhà | 60 |
| Tiền bạc lấp lánh | 61 |
| Hãy sẵn sàng làm việc | 62 |
| Cuộc sống thành công | 63 |
| Assam vàng | 64 |
| Nến | 65 |
| Vương quốc Awadh | 66 |
| Nhung | 67 |
| Mặt trăng | 68 |
| thỏ rừng | 69 |
| Cuộc tranh cãi | 70 |
| Tê giác, chiến đấu để sinh tồn | 71 |
| Sóng sông | 72 |
| Muỗi | 73 |
| Nhà chiêm tinh | 74 |
| Tuổi sáu mươi | 75 |
| Mẹ không mục nát | 76 |
| Assam yêu dấu | 77 |
| Dầu dưỡng tình yêu | 78 |
| Thông tin về nhà và gia đình | 79 |
| Tiền đến từ sự chăm chỉ | 80 |
| con bò đực | 81 |
| Sự tức giận | 82 |
| Thổi nóng thổi lạnh | 83 |
| kính chào | 84 |
| Tình yêu và tình cảm năm mới | 85 |
| Thời tiết ở Assam trong tháng 3-tháng 4 | 86 |

| | |
|---|---|
| Tình yêu tháng tư | 87 |
| Thế giới kỳ lạ | 88 |
| Tình mẹ | 89 |
| Đám mây | 90 |
| Lạm dụng | 91 |
| Ngày xửa ngày xưa | 92 |
| Tình yêu vô giá trị | 93 |
| Sự cai trị sáu trăm năm liên tục của Ahom | 94 |
| Tôi sẽ thành công | 95 |
| Cây hoa đốt | 96 |
| Người Ả Rập | 97 |
| Rừng | 98 |
| Khaddar (vải khadi) | 99 |
| Nước hoa Assam (dầu trầm hương) | 100 |
| Lụt | 101 |
| Quả của việc làm (Nghiệp) | 102 |
| Lòng ghen tị | 103 |
| Mọi thứ sẽ diễn ra như bình thường | 104 |
| Con rùa | 105 |
| Con quạ và con cáo | 106 |
| Tìm giải pháp của riêng bạn | 107 |
| Sẽ không có ai kéo bạn lên | 108 |
| Ghen tuông, ghen tị, ghen tuông | 109 |
| Tử vong và bất tử | 111 |
| Tôi không biết mục đích | 112 |
| Tiền khó kiếm được của chúng tôi biến mất ở đâu? | 113 |
| cầy mangut | 114 |
| Ơn Chúa | 115 |
| Tốt hơn là trở thành một cây gỗ chết | 116 |

Tôi đang sống cùng zombie..................................................117
Và cuộc sống diễn ra như thế này .......................................118
Trái tim tan vỡ......................................................................119
Công nghệ không thể ngăn cản .........................................120
Bất bình đẳng giới ..............................................................121
Một ngày nào đó sẽ không còn trần kính...........................122
Chúa không quan tâm đến nhà cầu nguyện của mình ......123
Giới thiệu về tác giả............................................................124

# Lời nói đầu

Srimanta Sankaradeva sinh năm 1449 tại Bardowa, nằm ở quận Nagaon của Assam, phía đông bắc Ấn Độ, nổi tiếng với trà và một con tê giác có sừng. Sankaradeva mất cha mẹ từ khi còn nhỏ và trách nhiệm nuôi dạy đứa trẻ thuộc về bà ngoại, người đã thực hiện nhiệm vụ này một cách khá đáng ngưỡng mộ. Ngay cả khi còn nhỏ, Sankara đã thể hiện sức mạnh to lớn của tinh thần và thể xác. Nhiều tình tiết siêu nhiên cũng xảy ra trong khoảng thời gian này chứng tỏ cậu không phải là một đứa trẻ bình thường. Sáng tác đầu tiên của Sankaradeva, được viết vào ngày đầu tiên đến trường, là bài thơ **karatala kamala kamala dala nayana** .

"কৰতল কমল কমল দল নয়ন।
ভব দব দহন গহন-বন শয়ন॥
নপৰ নপৰ পৰ সতৱত গময়।
সভয় মভয় ভয় মমহৰ সততয়॥
খৰতৰ বৰ শৰ হত দশ বদন।
খগচৰ নগধৰ ফনধৰ শয়ন॥
জগদঘ মপহৰ ভৱ ভয় তৰণ।
পৰ পদ লয় কৰ কমলজ নয়ন॥
(Karatala kamala kamaladala nayana
Bhavadava dahana gahana vana sayana
Napara napara para satarata gamaya
Sabhaya mabhaya bhaya mamahara satataya
Kharatara varasara hatadasa vadana
Khagachara nagadhara fanadhara sayana
Jagadagha mapahara bhavabhaya tarana
Parapada layakara kamalaja nayana)"

Điều độc đáo ở bài thơ này là nó gồm toàn phụ âm và không có nguyên âm nào khác ngoài nguyên âm đầu tiên. Lịch sử kể rằng Sankaradeva được xếp vào trường cùng với những học sinh lớn hơn nhiều tuổi được yêu cầu sáng tác một bài thơ. Anh ấy đã làm theo mặc dù anh ấy chỉ mới học được nguyên âm đầu tiên của bảng chữ cái. Kết quả là một bài thơ vô cùng ngọt ngào được dành tặng và mô tả những đức tính của Chúa Krishna. Srimanta Sankaradeva được coi là cha đẻ của đời sống văn hóa xã hội Assamese. Ông cũng là một trong những người đi trước đã hiện đại hóa ngôn ngữ Assam, có nguồn gốc từ tiếng Phạn.

Srimanta Sankardeva cũng là một trong những nhà cải cách xã hội và tôn giáo vĩ đại nhất của Ấn Độ. Ông đã nghiên cứu tất cả các triết lý tôn giáo có sẵn ở Ấn Độ trong thế kỷ 15 và truyền bá một giáo phái mới của Ấn Độ giáo gọi là Eka Saranan Naam Dharma, thoát khỏi Ấn Độ giáo mang tính nghi lễ. Ông phản đối việc hiến tế động vật nhân danh Chúa, một điều phổ biến trong Ấn Độ giáo. Ông cũng phản đối hệ thống đẳng cấp của văn hóa Hindu và cố gắng hòa nhập vượt lên trên đẳng cấp và tín ngưỡng. Câu nói nổi tiếng của ông "Kukura Shrigala Gordoboru atma Ram, janiya sabaku koriba pronam": có nghĩa là *chó, cáo, Lừa, linh hồn của mọi người là Rama, vì vậy hãy tôn trọng mọi người*. Điều này đã đi xa đến chủ nghĩa nhân văn và lôi cuốn nhân loại giống như câu nói của Chúa Giêsu *"ghét tội không ghét người có tội"*.

Theo con đường của Srimanta Sankaradeva, tôi đã sáng tác ba tập thơ bằng tiếng Assamese, đó là "Karatala Kamala", "Kamala Dala Nayana" và "Borofor Ghor" mà không sử dụng bất kỳ kar nào, biểu tượng của các nguyên âm, phổ biến trong các ngôn ngữ Ấn Độ vốn đã có từ lâu đời. có nguồn gốc từ tiếng Phạn. Cuốn sách "Hoa sen trong lòng bàn tay tôi" này là bản dịch từ cuốn sách "Karatala Kamala" của tôi viết bằng tiếng Assam. Không thể dịch sách sang tiếng Anh mà không sử dụng nguyên âm và vì vậy bản dịch được thực hiện vẫn giữ nguyên tinh thần và chủ đề của bài thơ gốc mà không làm xáo trộn ý nghĩa cốt lõi. Hy vọng độc giả sẽ thích tập thơ này và thế giới sẽ biết đến những lời dạy và lý tưởng của Srimanta Sankaradeva.

_____Devajit Bhuyan

# Hoa sen trên lòng bàn tay tôi

Dưới gốc cây hoa bur, Sankardeva đang ngủ
Những tia nắng chói chang trên gương mặt anh
Rắn hổ mang chúa nhận thấy điều đó và cho rằng ánh sáng mặt trời đang làm phiền Sankar.
Con rắn hổ mang bò xuống từ hang cây và tỏa bóng
Khi bạn bè và những người xung quanh nhìn thấy điều này, mọi người đều kinh ngạc
Sankardeva phải có phước lành từ thiên đường từ Chúa
Và anh ấy đã viết bài thơ đầu tiên trước khi học bảng chữ cái đầy đủ
Mọi người yêu thích những câu thơ của ông từ trái tim và bắt đầu khen ngợi
Nhưng nhiều câu hỏi được đặt ra, các linh mục hiến tế động vật
Nhà vua ra lệnh giết Sankardeva dùng voi đập nát xác ông
Nhưng anh ta đã thoát khỏi sự tổn thương nhờ ân điển của Chúa
Trong hơn một thập kỷ, Sankara đã đến thăm các thánh địa để tiếp thu kiến thức
Ông trở về giác ngộ, sáng tác nhiều câu thơ bất hủ bằng tiếng Assamese
Hoa sen trong lòng bàn tay tôi vẫn được người dân Assam yêu thích, một mảnh ghép bất tử
Những lời dạy của ông về tình yêu thương phổ quát và tình anh em đã làm cho Assam trở nên giàu có.

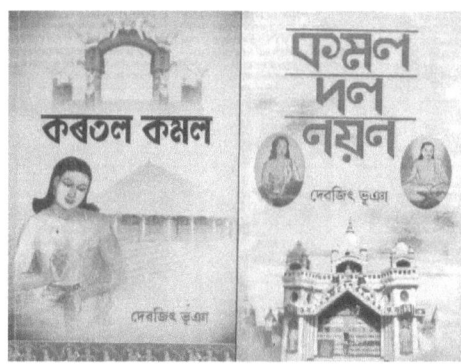

# Tôn giáo đơn giản của Sankardeva

Tôn giáo của thế giới là tình yêu
Con đường đến tình yêu là việc tốt không xích mích
Khi tâm hồn trong sáng, con đường đến tình yêu dễ dàng
Sống đơn giản và yêu thương mọi người là đạo tốt;
Trong cơn giận dữ, tôn giáo và con đường đến tình yêu trở nên bế tắc
Chúng ta luôn nói tôn giáo của người khác là nóng và xấu
Không bao giờ tôn trọng và bao dung quan điểm của người khác
Kết quả là tôn giáo trở thành công cụ cho sự thiếu hiểu biết và đàn áp;
Yêu tất cả, nói thì dễ nhưng làm thì khó
Vì vậy, giáo lý tôn giáo này không bao giờ lan rộng như cỏ dại
Người ta hành hương tôn giáo với dục vọng và lòng tham
Nhưng tôn giáo của Sankar Deva rất dễ theo, bạn không cần gì cả;
Rượu không phải là con đường cứu rỗi, cũng không phải là giết hại động vật vô tội
Sự sợ hãi và tham lam không phải là cỗ xe của công việc và mục tiêu cuộc sống
Chỉ có tình yêu và tình yêu tất cả là mũi tên của tôn giáo chân chính
Tiền bạc, lòng tham, hận thù và sức mạnh cơ bắp không phải là con đường thỏa mãn
Theo lời của Sankar Deva, cầu nguyện mà không có ham muốn sẽ mang lại sự cứu rỗi.

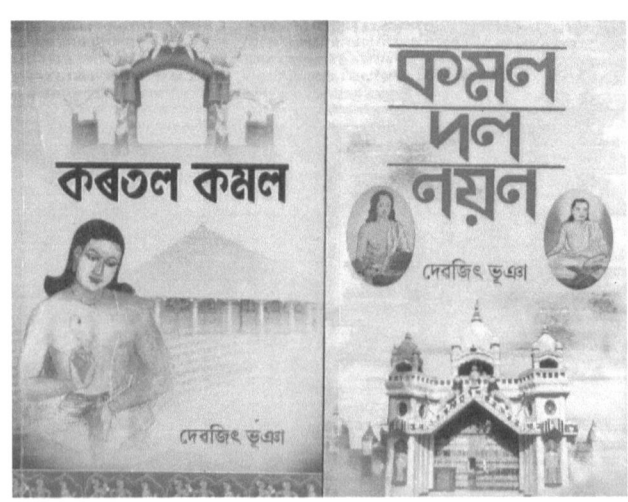

# Tôn giáo của một sự phục tùng

Thông qua việc nhân bản cơ thể của mình, Thiên Chúa đã tạo ra con người
Chúng ta nên phó thác cuộc đời mình cho đấng toàn năng đó
Chúng ta hãy cầu nguyện Ngài với hoa sen trên chân Ngài
Mũi tên thời gian dừng lại theo ý muốn của anh và mọi sinh mạng đều kết thúc;
'Bharata' anh trai của Chúa Rama sinh ra trong nhà của vua Dasaratha
Rama chỉ ra con đường yêu thương, tôn trọng và tầm quan trọng của sự cam kết
Diwali, lễ hội ánh sáng được tổ chức như chiến thắng của cái thiện trước cái ác
Rama trở về nhà tiêu diệt Ravana, biểu tượng của cái ác và sự vô đạo đức
Xác lập chân lý, pháp quyền với sự công bằng, tin cậy và yêu thương của mọi đối tượng
Lời dạy của Sankar Deva, tín đồ của Rama cũng vậy, yêu thương tất cả
Người dân Assam vẫn đi theo con đường do Sankar Deva chỉ ra cho đến ngày nay
Ma quỷ đẳng cấp, tín ngưỡng, hận thù tôn giáo không được chào đón ở vùng đất Sankar Dev
Thông qua những lời dạy và hệ thống cầu nguyện của ông, tôn giáo của ông đã trở nên khai sáng.

## Sankardeva nên quay lại lần nữa

Sankar Dev nên quay trở lại Assam để giảng dạy nguyên tắc tôn giáo của mình

Nỗi đau và sự chia rẽ đi kèm với sự tiến bộ, anh chỉ có thể xóa bỏ

Cỏ dại chưa từng thấy về sự phân biệt tôn giáo, xã hội và giới tính ở vùng đất của anh ta

Chỉ có lời dạy của Ngài mới có thể xóa bỏ hận thù và sự chia rẽ trong xã hội loài người

Sự hiện diện của Ngài sẽ loại bỏ hầu hết bệnh tật khỏi người Assam và người Ấn Độ

Sankardeva sẽ trở lại và Assam sẽ tỏa sáng trở lại trên toàn cầu

Hệ thống rửa tội và đào tạo môn đồ của Ngài sẽ mang tính toàn cầu

Tư duy của mọi người sẽ thay đổi và tình anh em sẽ nảy nở

Ngôi đền cầu nguyện của ông, "Namghar" sẽ vươn lên tầm cao mới

Những khác biệt và tranh cãi nhân danh cách giải thích tôn giáo nhỏ mọn sẽ tan biến

Tư duy của người Assam sẽ cởi mở, rộng mở hơn và con người sẽ hòa nhập với nhau

Môi trường văn hóa xã hội của thế giới sẽ không bao giờ nhìn thấy đám mây đen dày đặc của sự chia rẽ.

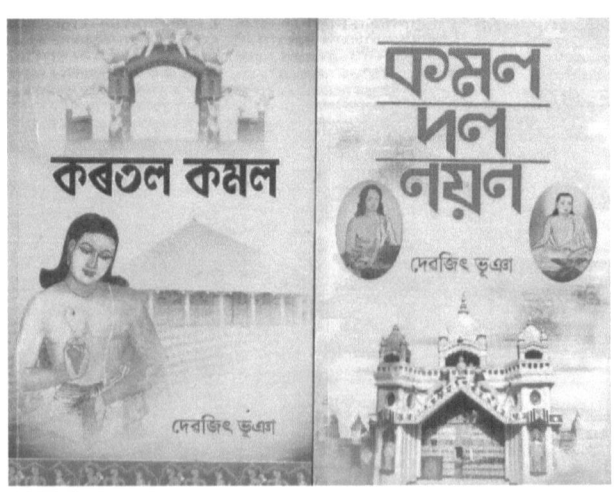

# Trong tôn giáo của Sankardeva

Chúng ta hãy giữ hoa sen dưới chân Sankardeva
Hãy để chúng tôi làm đệ tử của mình trên toàn cầu
Tôn giáo của Sankardeva rất đơn giản
Ông nói Chúa là duy nhất và không thể diễn tả được
Không cần phải hy sinh sự sáng tạo của Chúa để nhận được phước lành của mình
Cầu nguyện với Chúa với tâm hồn trong sáng và điều đó rất đơn giản
Chúa tồn tại ở mọi nơi và cầu nguyện mọi lúc mọi nơi
Yêu thương không chỉ mà còn cả thế giới động vật là tôn giáo chân chính
Hãy can đảm và làm điều thiện, bạn sẽ giác ngộ.

# Nhận rác thải ở Sankardeva

Tâm trí luôn bất ổn và hay thay đổi
Để vượt qua nó, con đường của Sankar rất đơn giản
Trong tuổi già, tiền bạc hay của cải đều không mang lại bình yên
Bạn phải đi bộ một mình, ngay cả khi bạn ở gần bãi biển đông đúc
Sẽ không có người trẻ nào thích nói chuyện, ngay cả trong chính ngôi nhà của bạn
Và nỗi đau trong tâm trí sẽ tăng gấp bội
Tại sao lại là gánh nặng cho người khác trong những ngày cuối đời
Hãy cầu nguyện với Chúa với tâm hồn cởi mở và bất kỳ mong muốn nào từ trái tim
Chắc chắn, các văn bản của Sankar sẽ chỉ ra con đường đưa tâm trí hay thay đổi hướng tới sự cứu rỗi.

# Đệ tử đến thăm Sankardeva

Hoa sen trên tay
Sabot đi bộ
Âm thanh 'khot khot'
Biểu thị sự xuất hiện của Sankardeva;
Các đệ tử trở nên vui mừng
Mong muốn được gặp Sankardeva của họ đã thành hiện thực
Sankardeva trông giống như một mặt trời rực rỡ
Các đệ tử ngạc nhiên khi thấy ánh sáng rực rỡ của Ngài
Từ miệng họ, những lời cầu nguyện bắt đầu tuôn ra
Họ chạm vào chân Sankardeva với niềm vui sướng tột độ
Đời đệ tử trở nên thành công
Sankardeva đã rửa tội cho họ theo tôn giáo hiện đại và đơn giản của mình
Dần dần giáo lý của Sankardeva được lan truyền như ngọn lửa hoang dã
Bầu trời, không khí và những ngôi nhà ở Assam bắt đầu tụng câu thơ của anh
Văn hóa xã hội của Assam bước sang một chặng đường mới.

# Đạo sư Phổ quát Sankardeva

Sankardeva là một Guru phổ quát cho nhân loại
Ông là biểu tượng của sự tốt đẹp, bình đẳng và tâm linh
Không ai đang hoặc sẽ ngang bằng với anh ấy
Chỉ có thể nhìn thấy một số ít người cùng thời với Sankardeva
Lệnh của một Thiên Chúa, một lời cầu nguyện và tình huynh đệ được truyền bá
Bóng tối trong tâm trí con người nhanh chóng tan biến
Những kẻ tham lam và bạo lực đã tỉnh lại
Sankardeva là nhà viết kịch và đạo diễn vĩ đại nhất mọi thời đại
Những vở kịch của ông được lan truyền rất nhanh và trở thành xương sống của nền văn hóa Assamese
Tầm nhìn của Sankardeva không chỉ giới hạn ở con người
Nó bao gồm sự sống của mọi sinh vật sống trên hành tinh trái đất này
Sankardeva, Cha Thiên Chúa của quốc tịch Assam mãi mãi.

# Vàng của Assam

Nhà của Hazarat ở một nước Ả Rập
Nước hoa rất thân thương với tâm hồn và tôn giáo của mình
Tôn giáo mới ra đời ở Ả Rập Saudi, Hazarat là nhà tiên tri
Đạo từ bỏ việc thờ thần tượng và chỉ thờ một Thiên Chúa
Tôn giáo mới phi nghi lễ nhanh chóng trở nên phổ biến
Cuộc hành hương Haj trở thành nghi lễ hàng năm
Những cuộc cãi vã sớm bắt đầu với các tôn giáo khác
Chiến tranh nổ ra do bất khoan dung tôn giáo
Người dân thế giới phải chịu nhiều đau khổ vì xung đột tôn giáo
Những người từ thế giới ngoài Ả Rập đổ lỗi cho Muhammad về những đau khổ
Sankardeva rao giảng về tình huynh đệ và tình yêu thương phổ quát giữa mọi tôn giáo
Những người theo đạo Hồi cũng trở thành đệ tử của ông
Không có cuộc thập tự chinh hay xung đột tôn giáo nào xảy ra ở Assam
Xã hội tiến lên trong sự hòa hợp cộng đồng
Sankardeva đã chứng tỏ mình là Vàng của Assam.

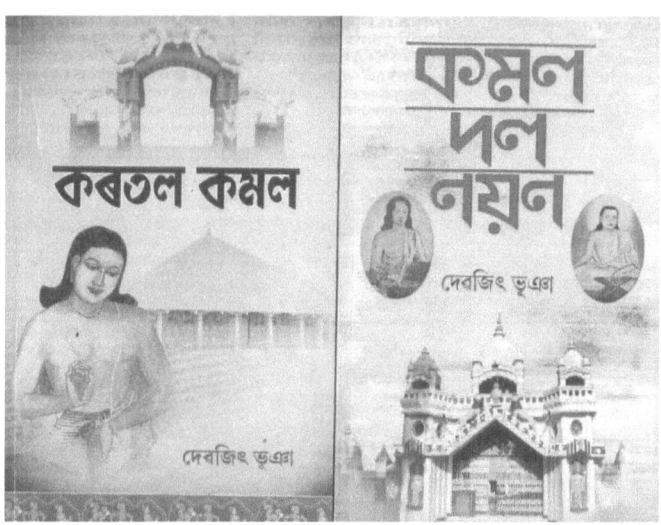

# Brindavani bastra (vải) của Sankardeva

Cùng với các đệ tử của mình, Sankardeva bắt đầu dệt một tấm vải hoành tráng
Tất cả những người tham gia tạo ra kiệt tác đều rất vui mừng
Câu chuyện về Chúa Krishna được miêu tả trong mảnh vải duy nhất này
Cả thế giới choáng váng trước vẻ đẹp của thần tượng Brindavani
Mảnh vải độc đáo này đã trở thành vương miện của ngành dệt may Assamese
Có lúc người Anh đến Assam và trở thành người cai trị
Cây bastra Brindavani được đưa tới London
Nó vẫn tỏa sáng trong Bảo tàng Anh như vinh quang của Sankardeva và thợ dệt Assam.

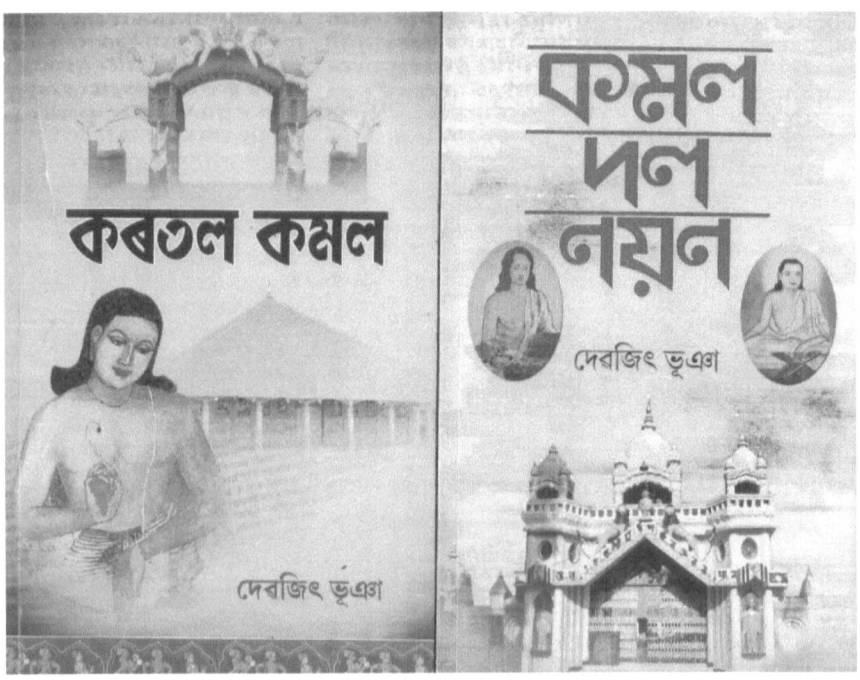

# Vua của trái tim

Đối với người dân Assam, Sankardeva trở thành vị vua mới của trái tim
Ở chân trời Assam, anh ấy mọc lên như mặt trời rực rỡ
Lời nói và giáo lý của Ngài trở thành như làn gió nhẹ
Assam đã trở nên nổi tiếng vì anh ấy
Các bài viết của ông đã trở thành văn bản tôn giáo cho Ấn Độ giáo cải cách
Người ta kéo đến làm môn đệ và đệ tử của ngài
Ấn Độ giáo mang tính nghi lễ trở nên đơn giản đối với người dân bình thường
Rào cản đẳng cấp, tín ngưỡng, giàu nghèo bị phá bỏ
Người ta đi theo anh bằng chữ và tinh thần
Ông đã được đăng quang làm vị vua của những trái tim không thể tranh cãi ở Assam.

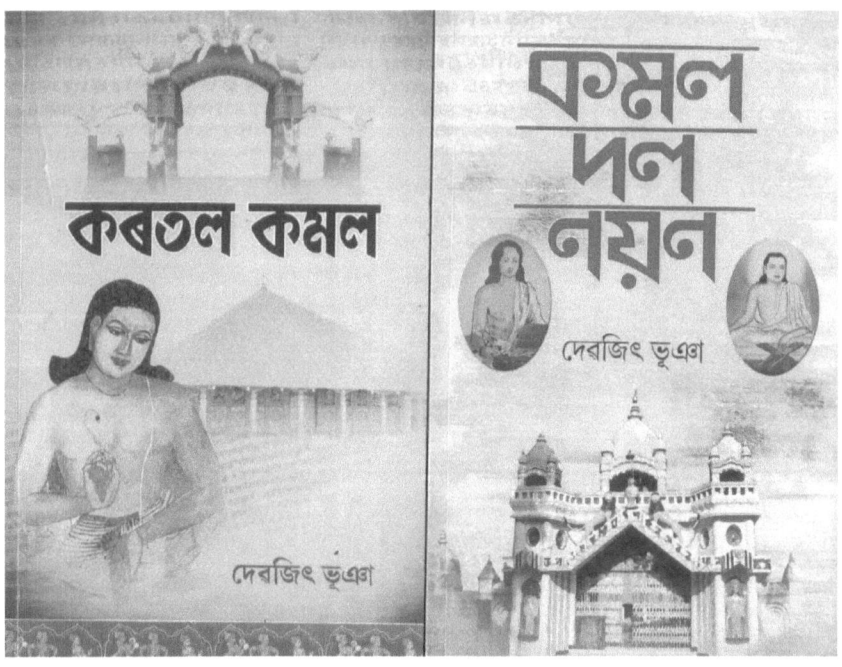

## Khởi hành của Sankardeva

Một trăm hai mươi năm đã trôi qua kể từ ngày Sankardeva ra đời
Thời điểm Thánh Sankardeva rời khỏi thế giới đã đến
Sankardeva quyết định không nhận bất kỳ vị vua nào làm đệ tử của mình
Nhưng Vua Naranarayana của Assam nhất quyết làm lễ rửa tội cho anh ta
Sankardeva quyết định rời bỏ cuộc sống trần thế trước khi nhà vua gây thêm áp lực
Ngài lên cõi trời trao tặng cho các đệ tử tất cả kho báu của mình
Cả Assam và Bengal bàng hoàng trước sự ra đi của anh
Người ta khóc mấy ngày nước mắt rơi như mưa
Sankardeva trở nên bất tử nhờ các văn bản tôn giáo và các tác phẩm khác của mình
Cho đến ngày nay những câu thơ và bài viết của ông vẫn là xương sống và tác phẩm kinh điển của ngôn ngữ Assam.

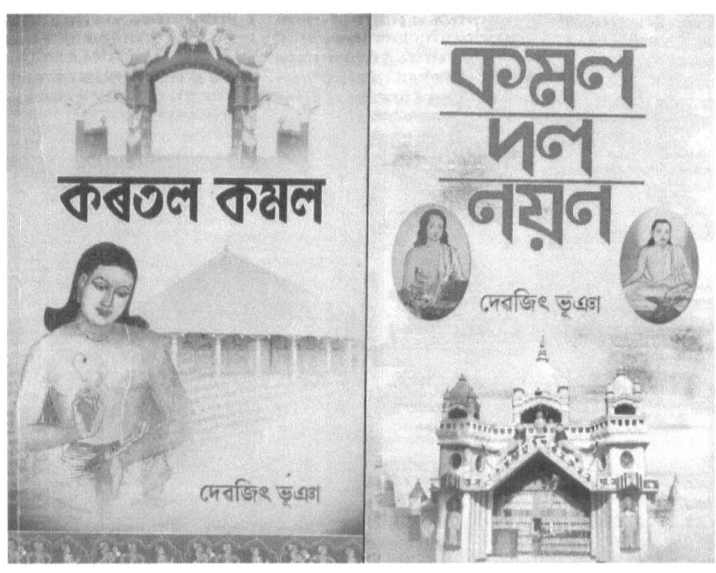

# Đôi chân của thần Shiva

Sự kết thúc của vở kịch ở thế giới này xảy ra thông qua Chúa Shiva
Cái chết là sự kết thúc sự phản chiếu của cuộc sống trong gương của mình
Chúa Shiva là vũ công hoàn hảo trong vũ trụ này
Trong sự va chạm của điệu nhảy vĩnh cửu của anh ấy, các ngôi sao và hành tinh biến mất
Theo lời kêu gọi của anh ta, ngay cả các thiên hà cũng chết và trở thành lỗ đen
Chúa Shiva có thể dễ dàng hài lòng thông qua những lời cầu nguyện với tâm hồn trong sáng
Sự sống và cái chết là một phần của sự sáng tạo và hủy diệt
Không ai có thể thoát khỏi cái chết, kể cả Chúa Rama và Krishna
Ngay cả Vua Yama, thần chết cũng chỉ là sứ giả của Chúa Shiva.

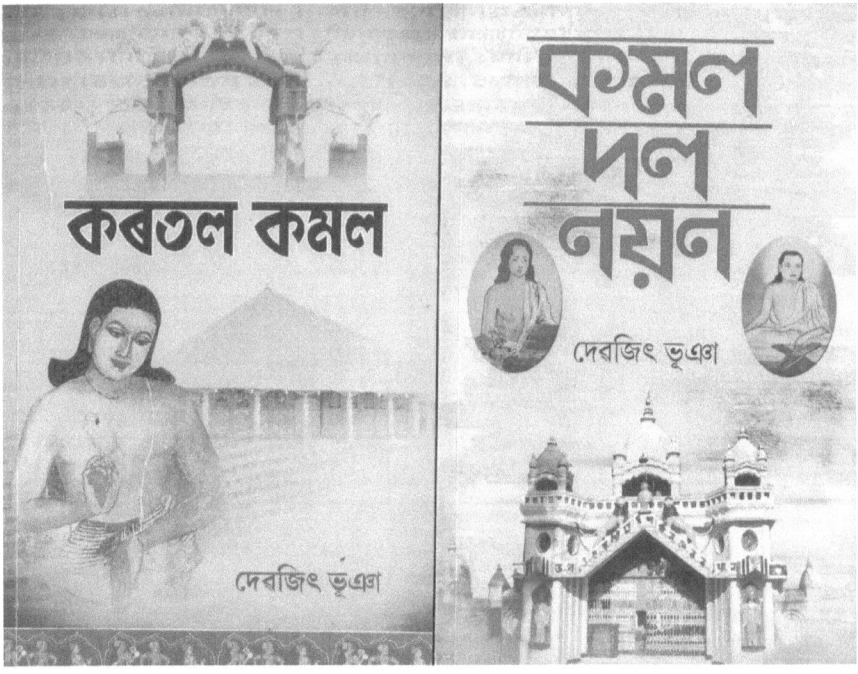

# Tôn giáo trong sự kìm kẹp của tiền bạc

Thế giới hiện nay đầy rẫy tội lỗi và những hoạt động xấu xa
Ngay cả đỉnh núi và biển sâu cũng không tự do
Không ai thích cuộc sống toàn diện đơn giản
Mọi người đều bận bơi trong biển tội lỗi
Các tôn giáo đang trong sự kìm kẹp của tiền bạc
Tội phạm có ngày lĩnh vực tôn giáo nhờ quyền lực tiền bạc
Vì tiền, linh mục khen ngợi tội phạm bằng vòi hoa sen thần thánh
Một ngày nào đó sự tái sinh của Chúa sẽ xảy ra
Thế giới sẽ không còn hận thù, tội lỗi và tội ác.

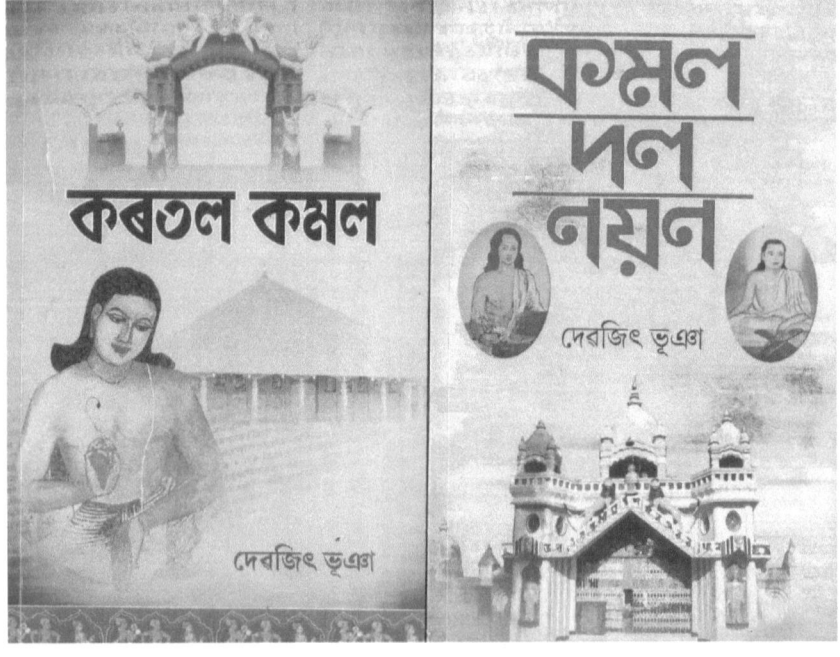

# Người cầu nguyện

Để thanh lọc tâm trí, cầu nguyện là điều cần thiết
Để loại bỏ mạng nhện của con người, điều quan trọng là
Cầu nguyện phải được thực hiện với tâm thanh tịnh
Kết quả của lời cầu nguyện thì chỉ có chúng ta mới có thể tìm thấy
Đối với mỗi chúng sinh, chúng ta phải tử tế
Trong lòng tham, tâm trí chúng ta trở nên mù quáng và mù quáng
Chỉ bằng những lời cầu nguyện, chúng ta có thể thư giãn
Cầu nguyện là một phần công cụ quan trọng cho sự cô tịch
Cầu nguyện không mong đợi có thể thay đổi thái độ
Với lời cầu nguyện, tâm trí trở nên trong sáng, khỏe mạnh và mạnh mẽ
Những lời khắc nghiệt không bao giờ nên đến từ lưỡi.

## Tiền bạc

Ngày nay, trên thế giới, tiền là mục tiêu của con người
Khi tiền đến mang lại cảm giác thiêng liêng cho tâm hồn
Nhưng tham tiền quá nhiều khiến tâm trí trở nên nghiện ngập và tĩnh lặng.
Tiền chỉ cần thiết như một phương tiện sinh tồn để đáp ứng đầy đủ nhu cầu
Nhưng ham muốn tiền bạc không phải là điều cần thiết mà chỉ là lòng tham
Đúng là tiền không bao giờ mọc trên cây
Trên thế giới này bạn không thể kiếm tiền miễn phí
Để kiếm được tiền, làm việc chăm chỉ là chìa khóa duy nhất
Thế giới của bạn sẽ không bao giờ là thiên đường với nhiều tiền hơn
Tham lam quá làm mật cũng đắng
Tiền sẽ không bao giờ là bạn đồng hành của bạn trên chặng đường cuối cùng.

# Tê giác Assam

Hỡi con người, hãy có chút xấu hổ
Đừng cướp sừng của Rhino vô tội
Assam nổi tiếng với loài động vật có sừng này
Hợp tác với các đại lý để tồn tại
Đừng săn trộm và giết chúng trong môi trường sống của chúng
Tạo con đường tình yêu cho họ đến thăm nơi hoang dã
Họ là vinh quang và đứa trẻ cô đơn của Assam
Đau đớn khi bọn săn trộm giết tê giác
Ngắm vẻ đẹp khi chúng dạo chơi gần tre
Kaziranga đã mang lại kế sinh nhai cho nhiều người già và trẻ
Hãy trở thành tình nguyện viên trong sứ mệnh bảo vệ loài vật này như vàng của bạn.

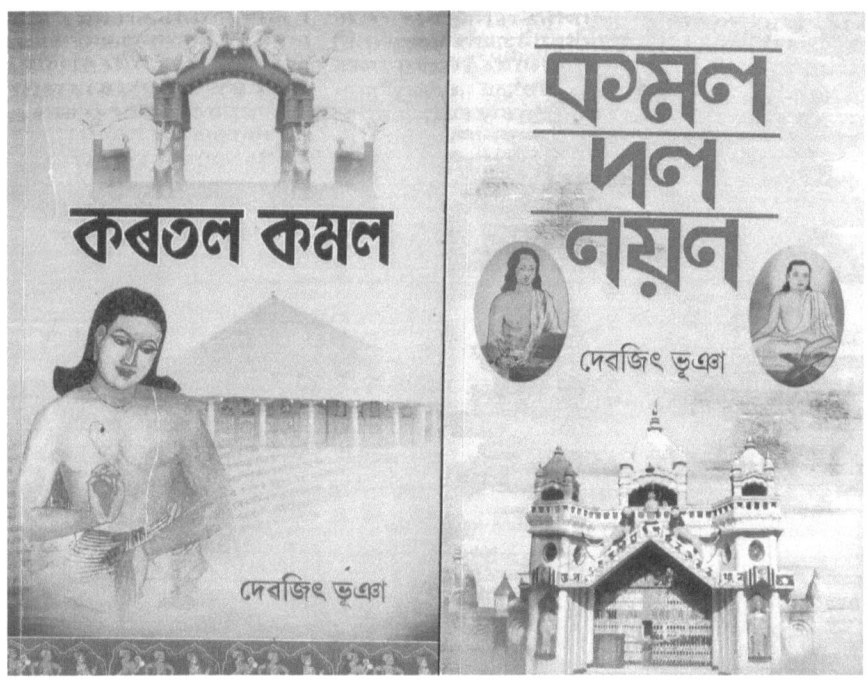

# Người đàn ông

Người đàn ông! Bạn không bắt đầu một cuộc chiến tranh thế giới khác
Bạn ơi, bạn dừng lại và chấm dứt chiến tranh đang diễn ra
Nếu tiếp tục chiến tranh, thế giới sẽ bị hủy diệt không còn xa nữa
Nền tảng của nhân loại và nền văn minh sẽ bị lung lay
Những con đường, những tòa nhà, những cây cầu bạn đã xây dựng, mọi thứ sẽ bị phá vỡ
Chỉ trong vài giờ nữa, những thành phố lớn xinh đẹp sẽ bị phá hủy
Rừng và động vật hoang dã sẽ bị nhổ bỏ
Mùa xuân sẽ không về theo tiếng chim hót
Sẽ không còn đàn vật nuôi trong nhà
Người đàn ông! Bạn hứa với con cái mình sẽ chấm dứt sự thù địch
Để chấm dứt chiến tranh, cần có tình yêu và tình anh em chứ không phải những thỏa thuận hình thức.

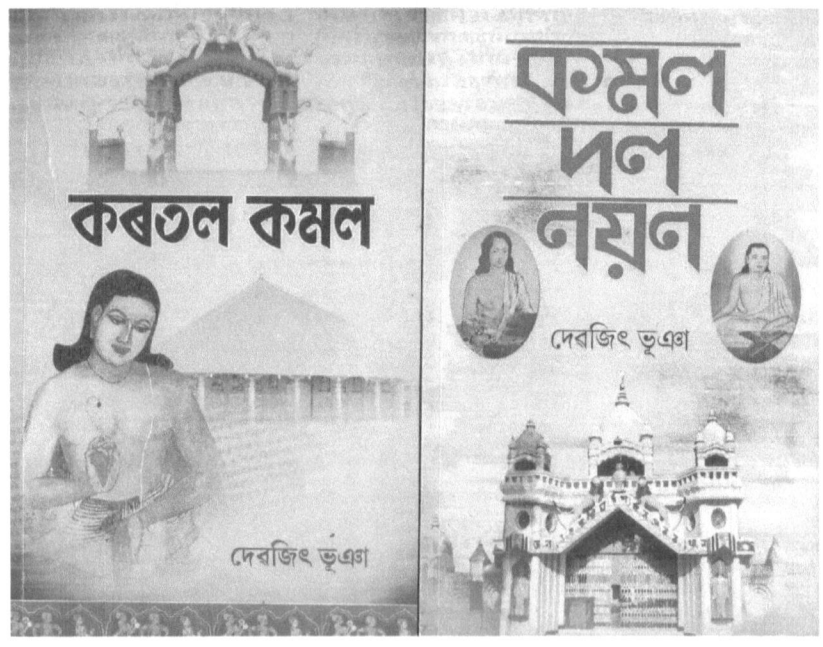

# Thung lũng sôi động

Trên núi cao, nhà đông lạnh
Bàn tay trở nên băng và không thể cử động
Ngay cả việc uống súp nóng cũng không thể giúp ích được gì
Quần áo len không thể giữ ấm cơ thể
Rượu tuy không nóng nhưng khiến cơ thể dễ chịu
Để giữ ấm cơ thể, hãy chạy đi chạy lại với một cái chốt
Đi chợ mấy ngày phải xách túi
Sau khoảng một tháng băng sẽ tan
Nước sẽ chảy xuống thung lũng
Thung lũng sẽ tươi vui trở lại với những loài cây mới
Chim chóc và muông thú trong thung lũng sẽ vui hưởng mùa xuân
Màu xanh cho thung lũng, những cây mới sẽ mang lại.

# Assam hưng thịnh

Mùa xuân ở Assam rất thân thương cũng như những nơi khác trên thế giới
Những ngày lễ hội cộng đồng khác nhau dần dần diễn ra
Các thợ dệt vui vẻ, năng động đón mùa lễ hội
Âm thanh của con thoi dệt vang lên một chiều hướng mới
Hoa sen nở trong ao và nhảy múa với gió nhẹ
Tê giác từ rừng sâu đi ăn cỏ mềm
Khách du lịch đến thăm họ trên những chiếc xe jeep mui trần với tiếng cười vui vẻ
Đôi khi Tê giác đuổi theo xe của họ bằng cách chạy
Một số người lạ mở chai bia dưới ba người
Thời tiết và khí hậu trong lành, ôn hòa và tự do
Assam phát triển mạnh mẽ với hoa, điệu múa và ong bay.

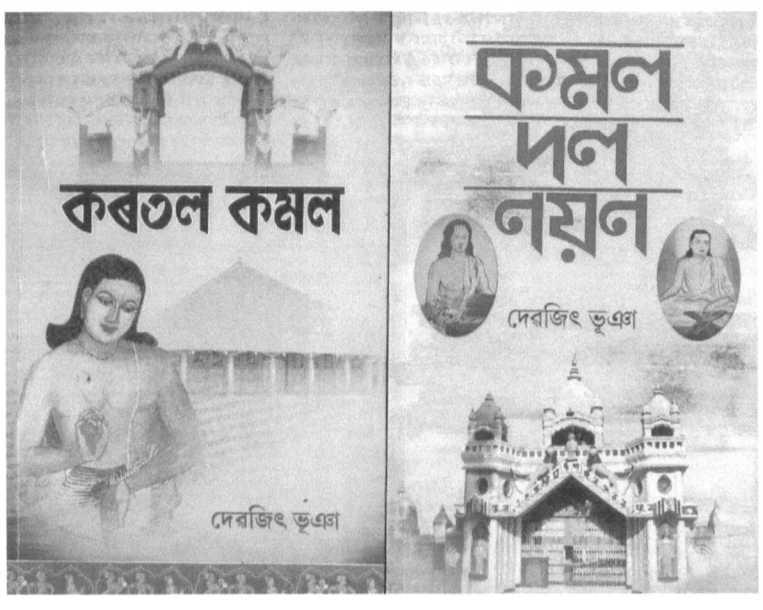

# Tránh uống rượu

Rượu không tốt cho đất nước nhiệt đới như Assam
Khí hậu nóng ẩm không thuận lợi cho việc uống rượu
Vườn trà cộng đồng cho rượu dùng để chìm
Để tránh uống rượu, người dân Assam nên suy nghĩ
Hãy nhớ câu chuyện tiểu quỷ và anh nông dân
Đối với rượu, sự tan vỡ của gia đình là điều cần thiết
Mặc dù ở Assam, đảng hoa sen đã lên nắm quyền
Họ cũng tăng cường tắm rượu
Những kẻ vô đạo đức đang bán rượu cho thanh thiếu niên
Nỗi đau khổ và căng thẳng của cha mẹ ngày nay mang đến
Đối với bang nghèo như Assam, bùng nổ rượu là không tốt
Để kiếm tiền mà khuyến khích uống rượu là thô lỗ.

# Chiến tranh

Chiến tranh không phải là chuyện đùa hay chuyện hài hước
Ngay cả người bất tử cũng chết trong chiến tranh
Chiến tranh tàn phá nhà cửa, nông nghiệp và sinh kế
Tăng vọt trở thành giá của tất cả các loại thực phẩm
Đối với động vật và cây cối, chiến tranh là không tốt
Những đứa trẻ khóc lóc sợ hãi khi chứng kiến cái chết của mẹ
Lời cầu nguyện của họ cũng không được Chúa Cha lắng nghe
Cũng không phải kẻ ích kỷ và cái gọi là nhà lãnh đạo thế giới yêu nước
Nhân loại không bao giờ đồng ý rằng chiến tranh là sai lầm của nền văn minh
Đau đớn và thống khổ là kết quả cuối cùng của xung đột
Các nhà lãnh đạo thân mến của tôi, để bắt đầu chiến tranh, các bạn không bao giờ nên cho phép
Sự tàn ác của ngươi, một ngày nào đó lịch sử sẽ truy tố
Để làm cho thế giới hòa bình, hãy sử dụng trí óc và bản năng của bạn.

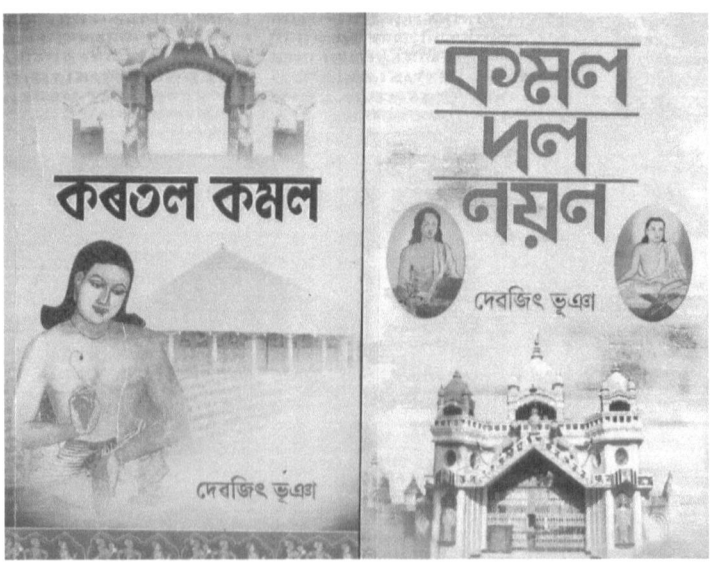

# Làm tốt lắm

Kết quả của việc làm tốt là tốt
Kết quả của việc làm tồi là đau khổ là quy luật
Chúa đồng hành khi làm việc tốt
Hậu quả của việc làm bất công bạn phải gánh chịu một mình
Trọng lực thu hút trái cây từ cây
Tương tự, việc làm tốt thu hút phước lành của Chúa
Bạn sẽ sớm thấy, công việc của bạn đang tỏa sáng.

## Không ai là bất tử

Trên đời này không có người nào bất tử
Mỗi khoảnh khắc chúng ta hướng tới cái chết
Trên con đường chân thật không sợ vấp ngã
Với tình yêu Chúa, chúng ta dễ dàng vượt qua cuộc hành trình
Đừng điên cuồng vì tiền bạc và của cải
Tiền không bao giờ mua được sự bất tử
Tăng cường tâm trí của bạn để táo bạo và không sợ chết
Hãy rộng lượng, tốt bụng và trung thực khi sống
Vào thời điểm khởi hành, bạn sẽ không hối tiếc.

## Lễ hội sắc màu (Holi)

Holi, lễ hội sắc màu
Tận hưởng tình yêu và tình cảm của Holi
Sóng màu, đỏ, vàng, xanh, xanh chảy
Với màu sắc, toàn thân con người bừng sáng
Thành phố, thị trấn, làng mạc khắp nơi cùng một tinh thần
Tận hưởng sự tuyệt vời của màu sắc là bản năng
Trong lễ hội sắc màu ai cũng tận hưởng ngày quên đi nỗi đau
Bảy màu sắc là tinh thần của cuộc sống, chủ đề đó là chuyến tàu Holi.

## chital

Chital, bạn vui vẻ gặm cỏ trong rừng
Nhưng hãy ý thức về con người
Họ tham lam thịt của bạn
Tốc độ của mũi tên bạn không thể đánh bại
Tốt hơn là bạn nên đi lang thang với Rhino
Và nghỉ ngơi gần con voi
Em là chiếc vòng cổ xinh đẹp của Ấn Độ
Da và thịt của bạn là phương tiện truyền thông kẻ thù của bạn
Với diện tích rừng ngày càng thu hẹp, hành trình sinh tồn sẽ khó khăn.

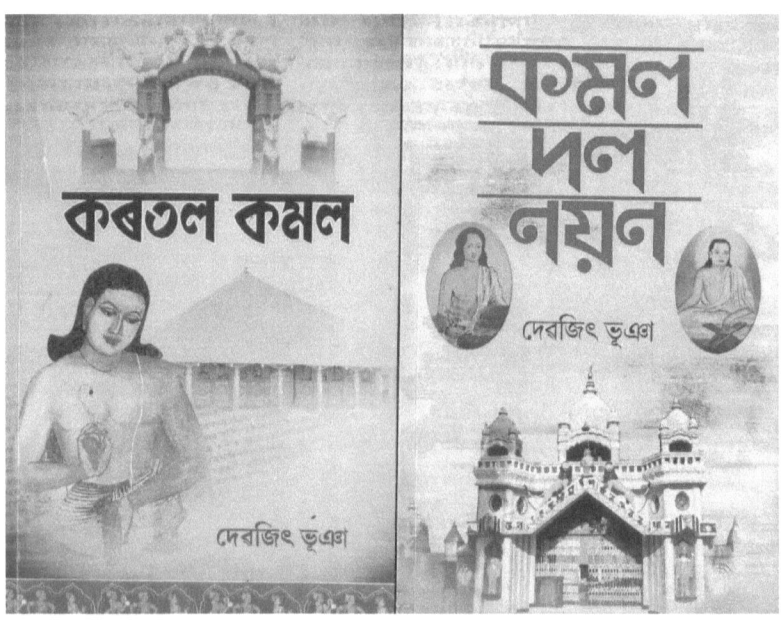

# mùa lễ hội

Bạn không bao giờ quan tâm đến tôi trong lúc tôi đau đớn
Vội vã đến với tôi khi biết được lợi ích tiền tệ
Ngay cả trong mùa hè nóng nực, bây giờ bạn không ngần ngại chạy
Tiền là niềm vui tạo động lực điện
Trong lễ hội bạn cũng không có thời gian để ước
Nhưng bạn leo núi vì niềm vui của riêng mình
Nhưng không có thời gian để hỏi thăm về bạn của bạn
Bây giờ em đang nói những lời ngọt ngào, làm sao tôi có thể tin tưởng
Mọi lời nói của bạn chỉ vì lý do tài chính và ham muốn.

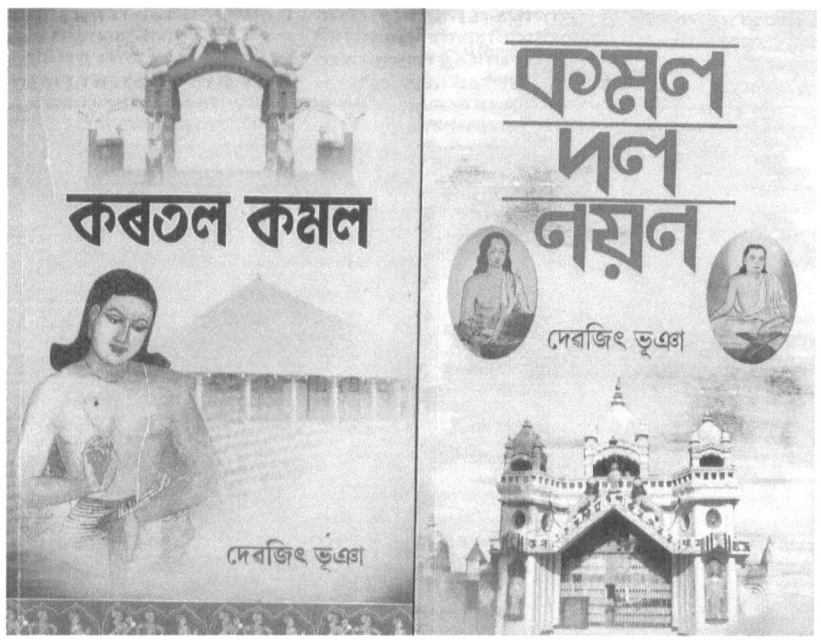

# Tuổi

Ở tuổi già con người trở nên tĩnh tại
Không thích vận động, thậm chí lên lầu
Vậy mà người ta lại sợ chết
Những mong muốn, công việc và mong muốn còn dang dở
Làm cho nỗi sợ hãi cái chết trở nên đáng sợ hơn
Thậm chí cái chết sẽ không tha cho bạn và tôi
Vì vậy, tại sao phải sợ chết, hãy tận hưởng khoảnh khắc hiện tại
Hãy từ chối trong tâm linh và toàn năng
Khi nghĩ về cái chết, hãy xem nhẹ nó.

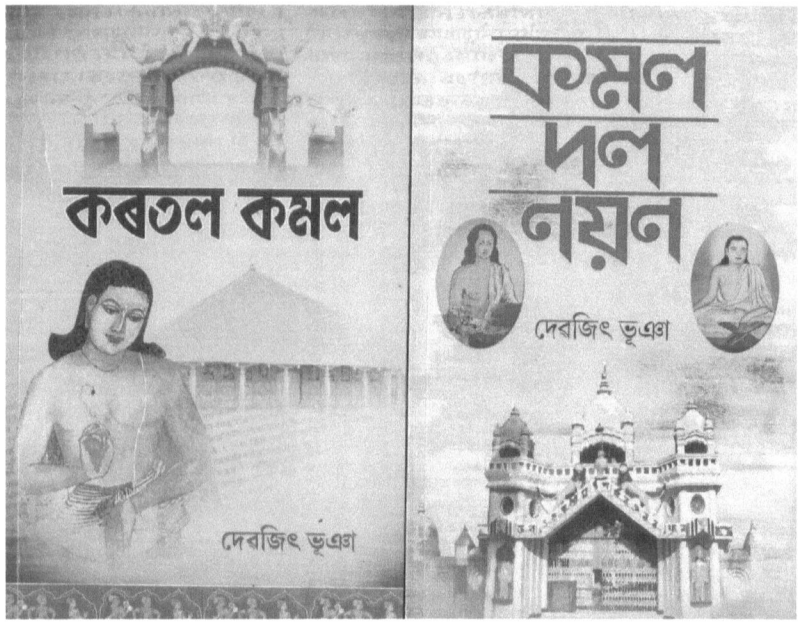

# Yêu mẹ của bạn

Hãy yêu mẹ, chăm sóc mẹ
Trong cơn bệnh của nàng, tình yêu tốt hơn thuốc
Chỉ dùng thuốc thôi chưa đủ để chữa khỏi bệnh
Chăm sóc bằng tình yêu có sức mạnh kỳ diệu chữa lành vết thương
Nhớ những ngày thơ ấu
Khi bạn cảm thấy dễ chịu hơn khi được chạm vào lòng bàn tay của mẹ
Giờ đây khi về già, có sự đụng chạm của bạn, bà sẽ cảm thấy bình yên
Hơn cả sự vuốt ve trìu mến của bạn, không có loại dầu dưỡng nào tốt hơn.

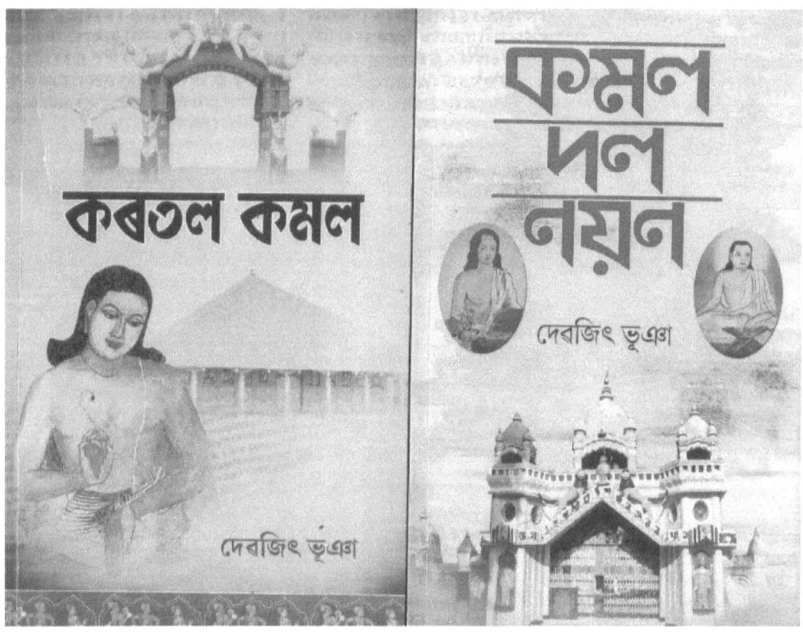

# Tháng tư

Tháng Tư không chỉ đơn thuần là tháng Cá tháng Tư ở Assam
Vào tháng Tư, tâm trí của mỗi người Assam đều lơ lửng
Mùa đã thay đổi sau mùa đông lạnh giá
Cây cối đang nhảy múa với những chiếc lá xanh mới
Và tiếng chim cu gáy liên tục trên cây xoài
Những người thợ dệt tất bật dệt những chiếc khăn mới (gamosa)
Lễ hội Rongali Bihu, lễ hội vui vẻ gõ cửa
Già trẻ lớn bé ai cũng tất bật tập múa Bihu
Bihu là linh hồn của người Assam bên bờ Brahmaputra
Ngay cả tê giác ở Kaziranga cũng vui mừng khi nhìn thấy cỏ mới mọc
Tháng 4 không chỉ là một tháng trong dương lịch
Tháng Tư (Bohag) làm cho Assam trở nên xanh tươi và soi sáng trái tim người Assam.

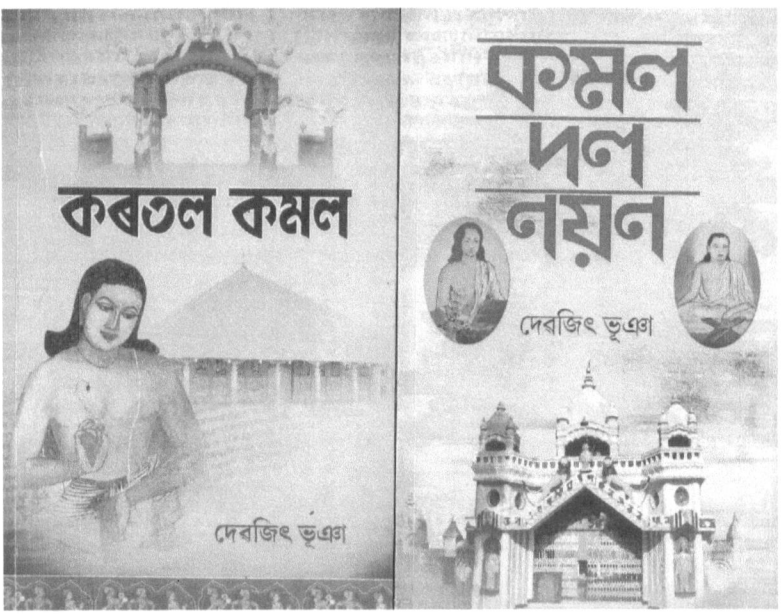

# Dasaratha (câu chuyện Ramayana)

Dưới mũi tên của vua Dasaratha, con trai của hiền nhân mù chết
Vì lời nguyền của hiền nhân, Dasaratha không có con mà có con
Rama được sinh ra với Lakshmana, Bharata và Straughn
Ngoài ra, Sita, vợ của Rama cũng sinh ra ở một vương quốc gần đó ở Nepal.
Để giữ lời hứa của cha, Rama phải sống lưu vong mười bốn năm
Lakshmana và Sita cũng đồng hành cùng Rama trong thời gian ông bị lưu đày
Vì cú sốc tinh thần khi gửi Rama vào rừng
Dasaratha qua đời để lại ngai vàng cho Bharata cai trị
Sita bị quỷ vương Ravana bắt cóc trong rừng
Rama đến Lanka với sự giúp đỡ của Hanumana và những con khỉ đồng loại
Sita được cứu, Ravana bị giết và tất cả trở về Ayudha
Rama đã thành lập vương quốc lý tưởng với sự công bằng, công lý và pháp quyền.

# Bharata

Lakshmana đi rừng cùng Rama
Bharata vẫn ở lại vương quốc
Ông ta cai trị vương quốc và giữ cho Rama phá hoại Singhasan (ghế)
Chital ma thuật đã lừa dối Lakshmana
Sita bị bắt cóc từ túp lều trong rừng của họ
Cuộc chiến lớn nổ ra giữa Rama và Ravana
Lakshaman đóng vai trò then chốt trong việc đánh bại quỷ vương
Sita được giải cứu và tất cả vui vẻ trở về nhà
Nỗi đau đớn của Bharata chấm dứt khi Rama trở lại.

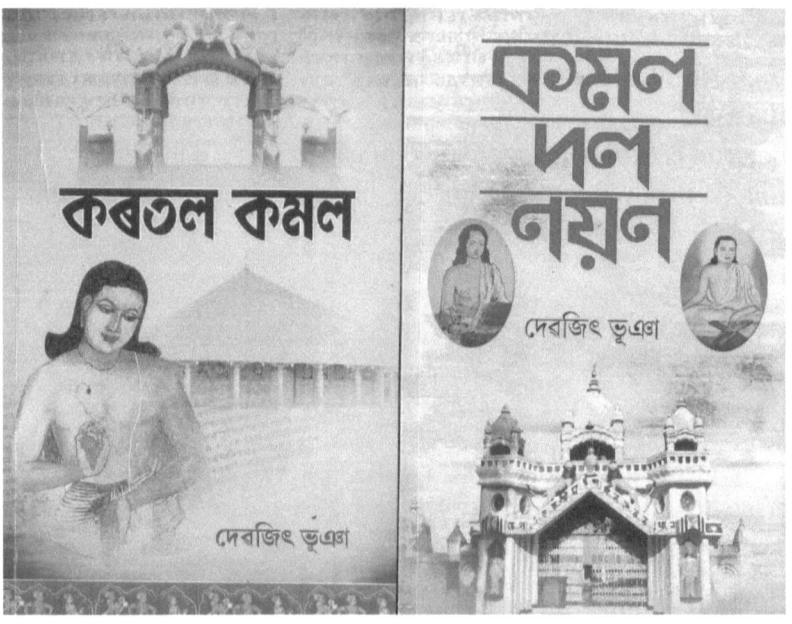

# Lakshmana

Các nhà hiền triết khuyên "Lakshmana đừng sợ Ravana"
Con trai của gió Hanuman ở bên em như hình với bóng
Mặc dù Ravana là tín đồ của Chúa Shiva
Cái tôi và sự kiêu ngạo của anh ta sẽ dẫn đến thất bại
Thời gian rất quan trọng trong chiến tranh và tấn công kẻ thù bằng vũ khí tốt nhất
Sử dụng vũ khí tốt nhất của bạn trong lần đầu tiên
Con đường của sự thật và lương thiện luôn chiến thắng cái ác.

# Laba (Con trai của Rama)

Laba là cháu trai của vua Dasaratha
Trẻ trung, năng động và xinh đẹp
Người bảo vệ đạo tràng của Rishis và các nhà hiền triết
Danh tiếng của Laba lan rộng khắp lục địa
Rama gọi anh ta đến cuộc họp của mình
Anh trai Kusha cũng đi cùng anh ấy
Nghe họ kể chuyện Ramayana, Rama rất ngạc nhiên
Rama nhận ra hai anh em sinh đôi là con trai của ông.

# Tìm kiếm Chúa

Ở những ngôi chùa lớn, động vật vẫn bị hiến tế cho đến tận ngày nay
Máu trâu, máu dê chảy như sông
Để làm vui lòng Chúa, người ta giết chính con cái Chúa
Không có Chúa nào hài lòng khi thấy máu của người vô tội
Thiên Chúa sẽ hài lòng khi thấy tình yêu và sự chăm sóc của mọi sinh vật
Hỡi con người, hãy cầu nguyện với Chúa với tâm hồn trong sáng
Nếu bạn hiến tế những động vật vô tội, Chúa sẽ không chấp nhận lời cầu nguyện của bạn
Anh ta sẽ không bao giờ trả lời những gì bạn cầu nguyện bằng máu
Chúa luôn nhân từ và không bao giờ giết ai
Nếu bạn hy sinh người vô tội vì lợi ích riêng của mình, bạn sẽ thu thập tội lỗi.

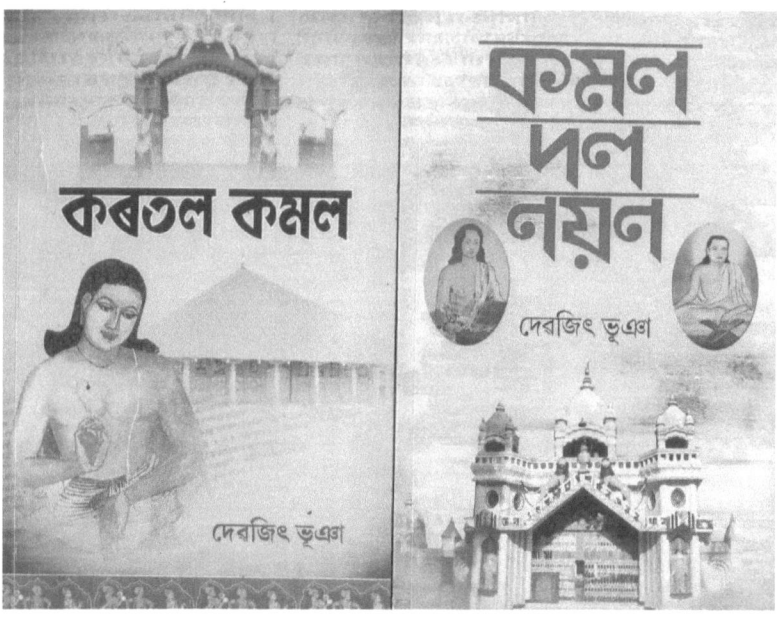

# Cỗ xe của con đường trung thực

Đây là Assam của chúng tôi, Assam yêu quý
Rất thân thương và gần gũi với trái tim chúng ta
Assam là vùng đất có nền văn hóa tốt và sự hào phóng
Không có nạn buôn bán phụ nữ vô đạo đức
Thậm chí ở nhiều bộ lạc, phụ nữ còn cai trị gia đình
Vì tham tiền nên không ai đi bán dâm
Của hồi môn và đốt cô dâu không phải là một phần cuộc sống của người Assam
Quyền bình đẳng được trao cho mọi phụ nữ và người vợ yêu dấu
Có thể có số tiền lớn trên con đường không trung thực
Nhưng người đàn ông giản dị ở Assam lại thích cuộc sống đơn giản hơn
Rất hiếm khi phụ nữ đánh đập và ly hôn với một nửa tốt hơn.

# Hãy chăm sóc tâm trí

Chúng ta luôn chăm sóc cơ thể của mình
Nhưng hiếm khi chăm sóc tâm trí
Chăm sóc tâm trí cũng quan trọng không kém
Tại sao lại bỏ bê nó bằng cách không quan tâm?
Vì một cuộc sống khỏe mạnh, thật không công bằng
Tâm trí khỏe mạnh trong cơ thể khỏe mạnh mang lại cuộc sống tốt hơn
Người ta có thể dễ dàng chiến thắng cuộc đua phức tạp của cuộc đời
Không có gì tốt có thể đạt được bởi một tâm trí bệnh hoạn
Giữ tâm thì đường dễ tìm
Luôn mỉm cười và đối xử tốt với mọi người
Đi theo con đường trung thực và liêm chính
Sự thật và tình anh em sẽ mang lại cho bạn sự bình yên.

# Đừng lãng phí thời gian

Thời gian không tĩnh tại
Thời gian cũng không năng động
Quá khứ, hiện tại và tương lai
Tất cả đều giống nhau trong miền thời gian
Chúng ta cảm thấy như thể thời gian trôi không ngừng
Như dòng nước chảy về biển
Nhận thức của chúng ta, thời gian di chuyển như một mũi tên
Nhưng một khi đã rời khỏi cung thì không bao giờ quay trở lại
Tuy nhiên, chúng tôi hy vọng sẽ có một ngày mai tốt hơn
Thời gian không bao giờ dừng lại vào một ngày nhiều mây
Nó cũng không chậm lại vào một buổi sáng đầy nắng
Vẫn như thường lệ năm này qua năm khác
Không có sự phân biệt đối xử hay thiên vị
Nghèo, giàu, yếu hay mạnh, thời gian đều như nhau
Vì vậy, sự thất bại của bạn, thời gian không phải là lỗi
Của cải quý giá nhất nhưng lại miễn phí trong cuộc đời là thời gian
Đừng lãng phí nó vì nó miễn phí, hãy tận dụng nó, cuộc sống sẽ ổn thôi.

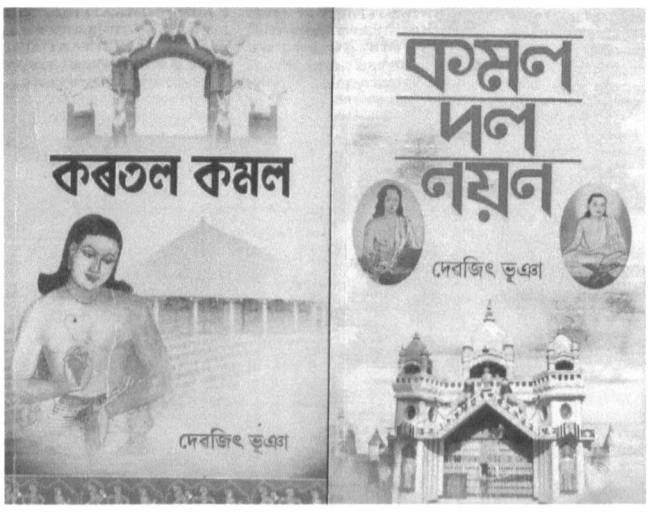

# Nỗi đau tâm trí

Chăm sóc bạn bè khi bị đau tinh thần
Tình yêu và sự an ủi, sức mạnh tinh thần, họ sẽ đạt được
Cô đơn khiến tâm hồn trở nên yếu đuối và mong manh
Một số quyết định có thể sai lầm và mang tính thù địch
Có bạn đồng hành, tâm trí trở nên vui vẻ và sảng khoái
Con người có thể vượt qua hầu hết những rắc rối tạm thời
Nỗi đau tinh thần có thể khiến con người tự tử
Làm điều xấu, tâm yếu đuối luôn xúi giục
Đồng hành cùng bạn bè khi họ yếu đuối về tinh thần
Với những lời động viên, bình thường, bạn sẽ trở lại.

## Chăm sóc cơ thể

Bước đi, bước đi và bước đi
Không cần chạy nhanh vẫn giữ dáng
Đi bộ là bộ tập thể hình tốt nhất
Đi bộ buổi sáng sẽ đẩy lùi cơn buồn ngủ
Cơ thể sẽ trở nên khỏe mạnh và mập mạp
Quá trình lưu thông máu sẽ tốt hơn
Tâm trí sẽ vui vẻ hơn suốt cả ngày
Đi bộ không có rào cản về thời gian và địa điểm
Người ta cũng có thể dễ dàng tham gia cuộc đua đi bộ
Những người bạn mới sẽ liên lạc trên đường đi bộ
Một số tình bạn sẽ tuyệt vời và không bao giờ nhìn lại
Đi bộ tốt cho cơ thể, tâm trí và tâm hồn
Với cơ thể và tâm trí khỏe mạnh, bạn có thể đạt được mục tiêu của cuộc sống.

# Bước đi của trẻ

Cô ấy ngã xuống và cô ấy đứng dậy
Nhưng cô ấy không bao giờ bỏ cuộc cho đến khi cô ấy bước đi
Một ngày nọ cô ấy bắt đầu chạy bộ một cách vui vẻ
Cuộc hành trình dài của cuộc đời bắt đầu
Nếu bạn không đứng dậy sau một hai lần vấp ngã
Chưa bao giờ trong đời bạn có thể tham gia vào cuộc đua
Không vấp ngã không ai có thể học cách đứng dậy và di chuyển
Việc học hỏi nhỏ này của tuổi thơ làm cho cuộc sống của chúng ta trở nên tốt đẹp.

## Sự hài hước của Madan

Madan kể chuyện cười của bạn
Akon sẽ bắt đầu cười
Đừng kể chuyện hài vô lý
Trong những câu chuyện cười của bạn, nụ cười sẽ rơi
Hạt mưa nhỏ nên gõ nhẹ
Nhưng đừng bao giờ tạo ra tin đồn để gây cãi vã
Truyện cười không nên phá hủy mối quan hệ gia đình
Truyện cười là để cười và cười
Không phải để khóc lóc và làm cho tình hình trở nên khó khăn.

# Coco chú chó kỳ diệu

Coco, bạn là thú cưng yêu quý của chúng tôi
Nhà bếp là nơi yêu thích của bạn
Nếu thức ăn bị trì hoãn, bạn bắt đầu sủa
Khi bụng no, bạn thích chạy bộ
Bạn rất ghét người xấu
Đối với bạn ngôi nhà là đền thờ của Chúa
Với những người thân yêu của bạn, bạn không bao giờ hành động lừa đảo
Sự hiện diện của bạn khiến mọi người vui vẻ và sôi nổi
Sự tức giận và khuôn mặt u ám của gia đình bắt đầu biến mất
Chó là người bạn tốt nhất của con người không ai có thể phủ nhận
Không gì có thể lấp đầy khoảng trống mà sự vắng mặt của bạn tạo ra.

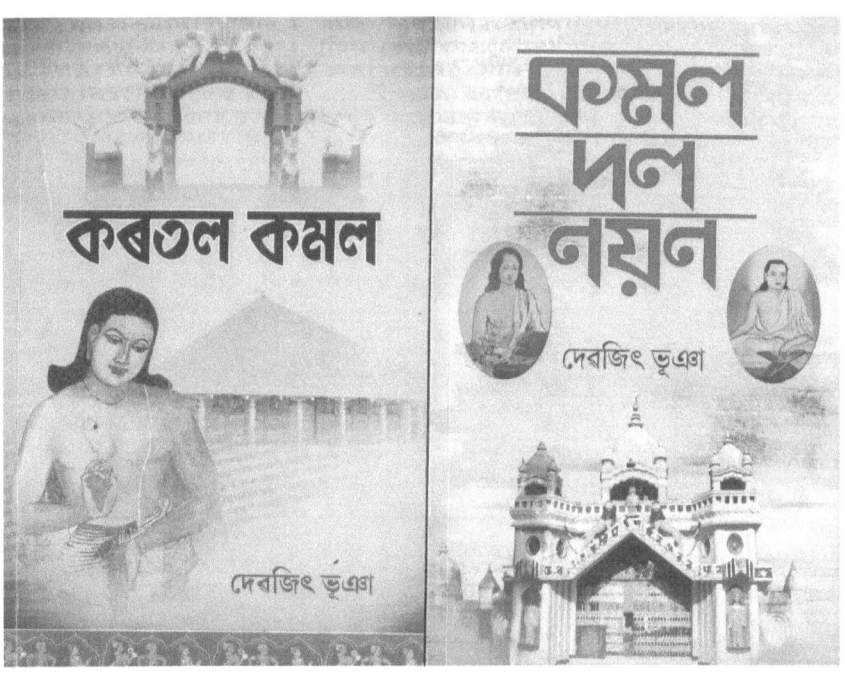

# Gió

Ở Assam, trong tháng 2, gió trở nên nhanh
Từng ngôi nhà, từng con đường trở nên đầy bụi và lá khô
Mùa đông đã qua, thời tiết trở nên khô hanh
Chim sáo, lá rụng theo gió từng bay
Khi gió tăng tốc, cây to cũng đổ
Với những chiếc lá khô, cánh đồng Assam trông có màu nâu.

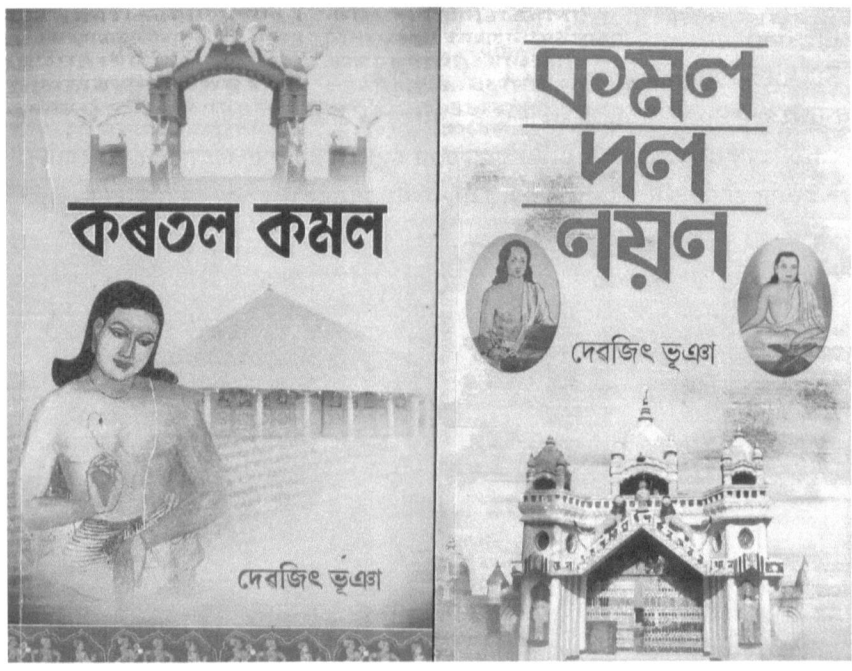

# Thảo dược thiên nhiên

Các loại thảo mộc có thể cải thiện khả năng miễn dịch của cơ thể con người
Chúng rất tốt cho việc chống lại bệnh tật và cuộc sống lành mạnh
Nhưng đừng bao giờ tin rằng chúng có thể chữa khỏi mọi bệnh tật
Các loại thảo mộc không phải là thuốc giải độc cho virus và vi khuẩn
Chỉ có kháng sinh mới có thể chữa khỏi bệnh viêm phổi
Tuy nhiên, ăn thảo dược có thể giúp chống lại virus
Chỉ dùng thảo dược như một chất bổ sung để có sức khỏe tốt
Chống lại bệnh tật, vì có sức khỏe tốt là có của cải.

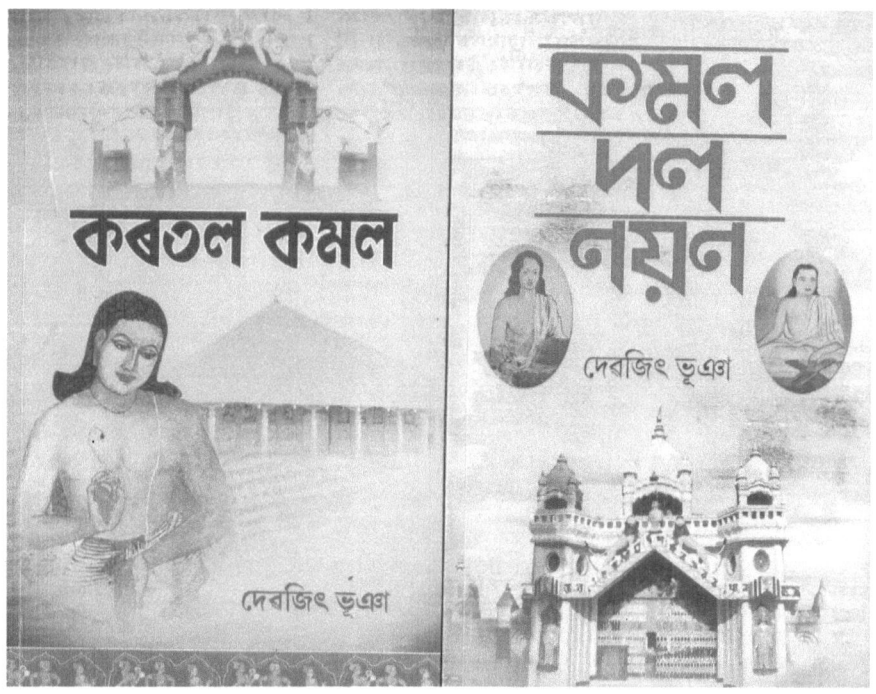

# Tâm trí sợ hãi

Này anh ơi, đừng sợ gì cả
Sợ hãi là một điều tai hại nguy hiểm
Sự sợ hãi của tâm trí được thể hiện bằng cơ thể
Và bạn bị đánh bại trước khi cuộc đua bắt đầu
Trong nỗi sợ hãi, bạn nhìn thấy ma và những sinh vật vô hình
Và bạn thoát khỏi chiến trường mà không cần chiến đấu
Đây là sự hèn nhát, vô đạo đức và không đúng đắn
Với nỗi sợ hãi con người không thể thành công
Một khi bạn vượt qua nỗi sợ hãi, cơ hội sẽ rất nhiều
Cả thế giới sẽ ở bên bạn nếu bạn dũng cảm
Người chiến thắng được nhớ đến ngay cả sau khi xuống mồ.

# Nỗi sợ hãi của cây cối

Cây cối trong rừng sợ tiếng cưa
Máy cưa cơ giới phá hết rừng này đến rừng khác rất nhanh
Ngày xửa ngày xưa, người ta phải tốn rất nhiều công sức để chặt một cái cây
Nhưng bây giờ với máy cưa cơ giới, cơ thể không gặp rắc rối
Kết quả là thảm khốc và rừng mưa bị phá hủy
Sự nóng lên toàn cầu buộc khí hậu phải thay đổi
Sông băng đang tan chảy và lũ lụt đang tàn phá
Xưa, cưa tay là bạn của con người và văn minh
Đa dạng sinh học và sinh thái, máy cưa cơ giới đang bị hủy hoại.

# Chính trị thay đổi đảng (ở Ấn Độ)

Thời điểm bầu cử là thời điểm tốt nhất để thay đổi đảng phái chính trị

Nhưng thay đổi đảng không phải là giải pháp cho vấn đề của người dân

Tham quyền lực, lãnh đạo và cấp dưới đổi đảng

Tiền, rượu, sự giàu có và phụ nữ là động lực lớn

Vì sao lãnh đạo lừa dối cử tri, không ai thích giám sát

Đối với các chính trị gia, phục vụ nhân dân luôn là thứ yếu

Đổ đầy hộp đựng tiền của họ càng nhiều càng tốt là điều quan trọng nhất

Quyền lực, quyền hạn và tiền bạc quan trọng hơn đối với người lãnh đạo

Việc này dễ dàng thực hiện được vì đa số cử tri đều thiếu hiểu biết.

Thời điểm bầu cử là thời điểm tốt nhất để dự báo thời tiết và thay đổi hướng đi.

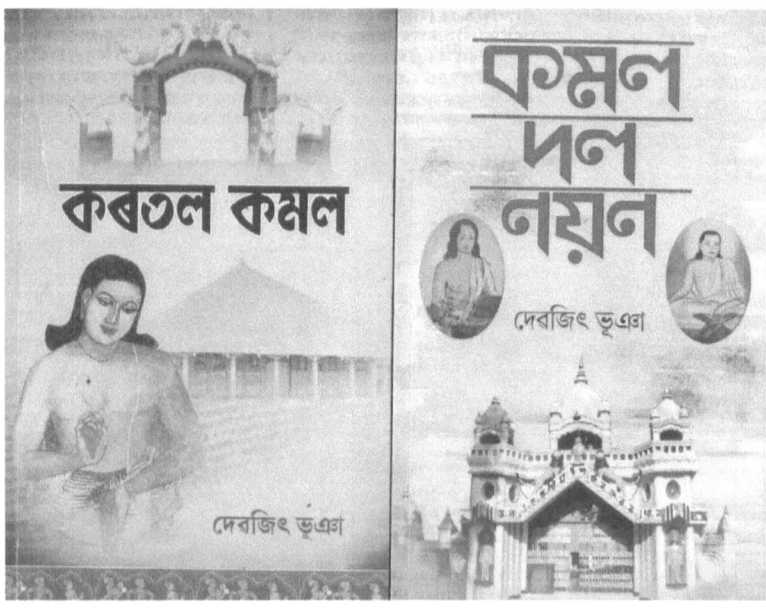

# Màu sắc mới

Hoa nở nhiều màu sắc
Mùa xuân đã đến Assam
Mùa Bihu, lễ hội nhảy múa
Tiếng trống (dhool-pepa) phá vỡ sự im lặng của nửa đêm
Dưới gốc cây bồ đề, đôi uyên ương gặp nhau hân hoan
Không hận thù, không cãi vã, không phân biệt màu da, đẳng cấp, tín ngưỡng hay tôn giáo
Mọi người đều có tâm trạng lễ hội mà không có bất kỳ sự phân chia xã hội nào
Mặc quần áo mới, trẻ em và thanh thiếu niên vui chơi nhảy múa
Các bà ngoại cũng tích cực tham gia nhảy múa
Ngay cả ở Kaziranga, con tê giác vẫn chạy đây đó khi nghe thấy tiếng trống đánh.

# Gặp nhau ở kiếp sau

Không ai biết liệu cuộc sống có tồn tại sau khi chết ở thế giới khác hay không
Sự tồn tại của linh hồn bất tử có thể là huyền thoại, không có thật
Vậy sao phải đợi kiếp sau mới yêu một người, nói yêu em
Hãy yêu và tận hưởng vẻ đẹp của tình yêu ngay trong cuộc sống này
Không giữ gì chờ đợi cho cuộc sống tưởng tượng tiếp theo
Niềm vui và tình yêu của bạn sẽ nhân đôi nếu có sự sống ở phía bên kia
Chắc chắn, với thế giới song song, định nghĩa về cuộc sống sẽ rộng mở hơn
Tuy nhiên, hãy tận hưởng cầu vồng tình yêu và vẻ đẹp của cuộc sống ngay hôm nay
Ngày mai, năm sau, đời sau có thể đến hoặc không, ai biết được?

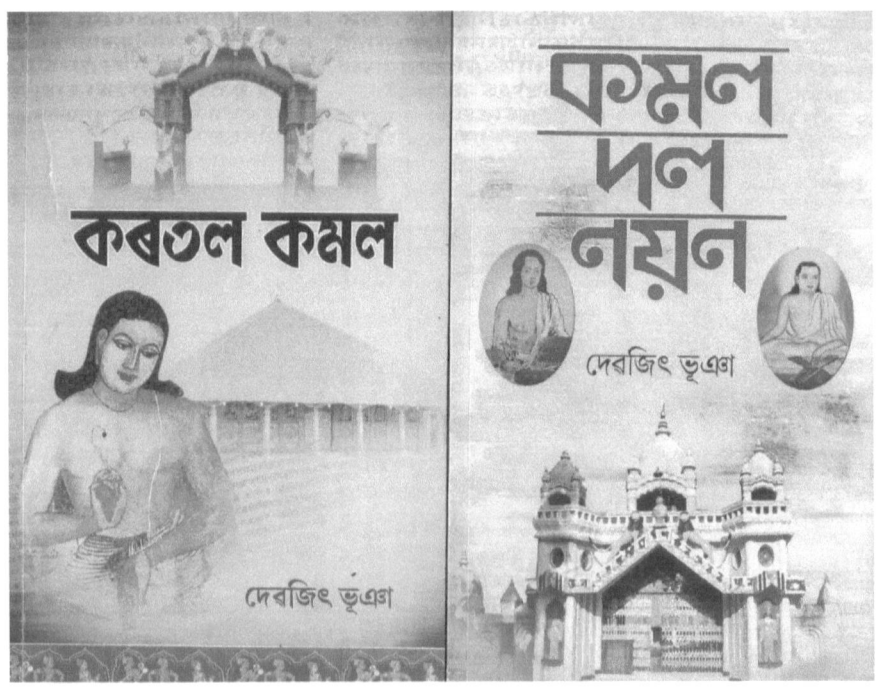

# bắt nạt

Không bao giờ bắt nạt bạn bè hoặc bất cứ ai
Nó sẽ mang lại sự thù hận và cãi vã
Tình yêu và mối quan hệ sẽ biến mất mãi mãi
Mọi người sẽ tránh xa bạn vì tính cách ồn ào
Sự tiến bộ và yên bình trong tâm hồn sẽ tan biến với nạn bắt nạt
Thay vì bắt nạt, tốt hơn là bao dung và khóc lóc
Chúa sẽ sai người đến lau nước mắt cho bạn.

# Thầy tu

Ngày nay ngay cả linh mục cũng không trung thực và có đạo đức
Họ không bao giờ đi theo con đường của sự thật và chính trực
Các linh mục đang lừa dối mọi người nhân danh tôn giáo
Cải cách tôn giáo và sự gia nhập của người tốt là giải pháp
Thầy tế chia rẽ dân chúng và xúi giục đấu tranh lẫn nhau
Mọi người tin tưởng họ như vị cứu tinh và cha đỡ đầu
Những người trung gian đang phá hủy những giáo lý tôn giáo thực sự
Vì nó giúp họ nâng cao thu nhập
Linh mục ngụy trang tôn giáo và làm cho tôn giáo bị vấy bẩn
Với rượu vang, của cải và phụ nữ, họ tổ chức bữa tiệc
Những lời dạy của Chúa Giêsu vẫn có giá trị và đơn giản
Trong tôn giáo, những người trung gian chỉ tạo thêm rắc rối.

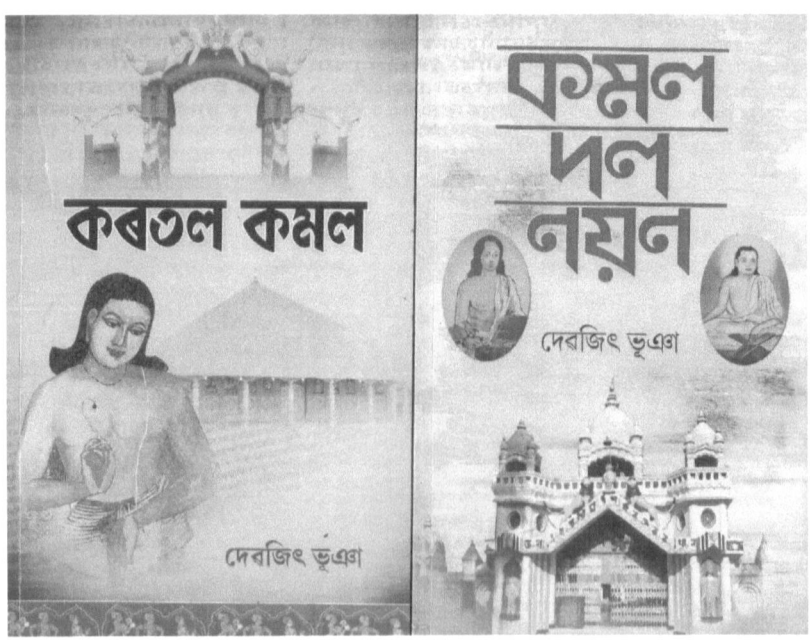

# Hãy để mặt trời mọc

Mỗi khi có hàng ngàn người tiến về phía trước
Tiếng hành quân nghe như vần điệu
Các nhà lãnh đạo thành lập đảng chính trị mới vì lợi ích riêng
Quyền lực bị chiếm đoạt thông qua lá phiếu với những lời hứa hão huyền
Nhưng vấn đề của quần chúng vẫn như cũ
Kích động và vận động quần chúng luôn là trò chơi chính trị
Các nhà lãnh đạo biết rõ rằng họ sẽ là người cai trị nếu họ có được danh tiếng
Lãnh đạo đến rồi lãnh đạo đi, và mọi người đứng đằng sau họ
Quyền lực chuyển từ nhóm này sang nhóm khác theo chu kỳ
Vậy mà người nghèo vẫn nghèo, luôn gặp khó khăn.

## Bharata, nhanh lên

Hãy nhanh lên, nhanh lên
Đừng trượt trên đường
Đừng ngã xuống dưới gốc cây
Có rất nhiều ong đang bay ở đó
Những cây lớn làm tổ cho cây
Ở các thành phố bạn sẽ không tìm thấy chúng
Người ta chặt hết cây để xây nhà
Các thành phố là rừng bê tông, ô nhiễm và ô tô
Từ ô nhiễm những con ong luôn ở xa
Nền văn minh không có sự thay thế nào hơn các thành phố
Vì vậy, để định cư ở đó, mọi người đều vội vàng.

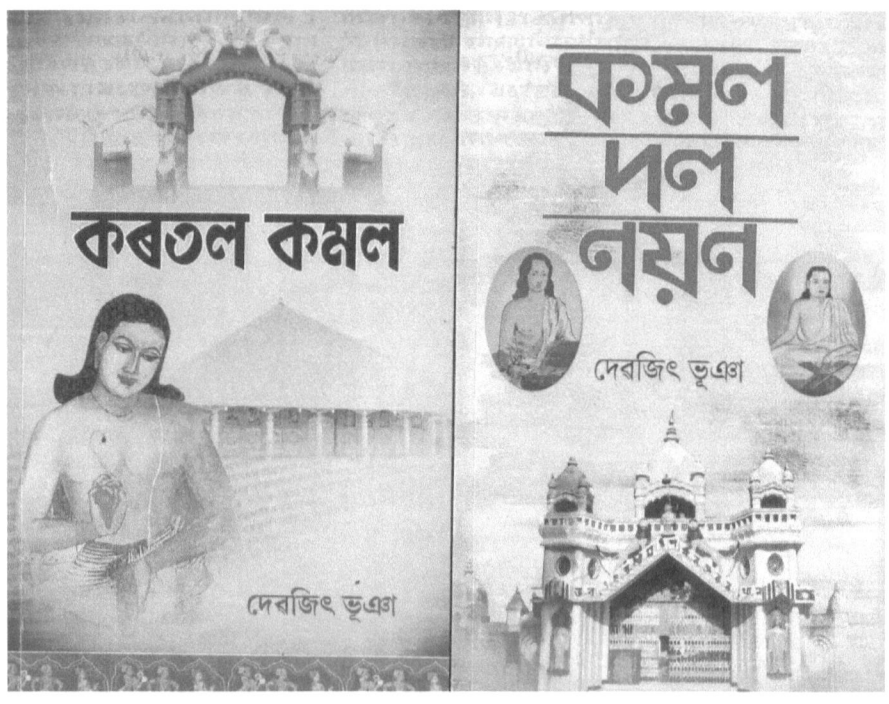

## Yêu tât ca cac ban

Yêu tất cả, yêu tất cả, yêu tất cả
Không ghét ai trong lòng tham tiền
Trên đời này tình yêu chính là mật ong
Khi có được tình yêu thì cuộc sống mới thành công
Thế giới sẽ giống như thiên đường
Tiền bạc và của cải có thể hao mòn theo thời gian
Nhưng cho đến chết, tình yêu vô điều kiện vẫn sẽ tuôn chảy
Giống như giọt nước trên lá, bạn sẽ tỏa sáng
Lúc ra đi tiền sẽ không khóc
Người từng yêu bạn, sẽ nói lời chia tay trong nước mắt.

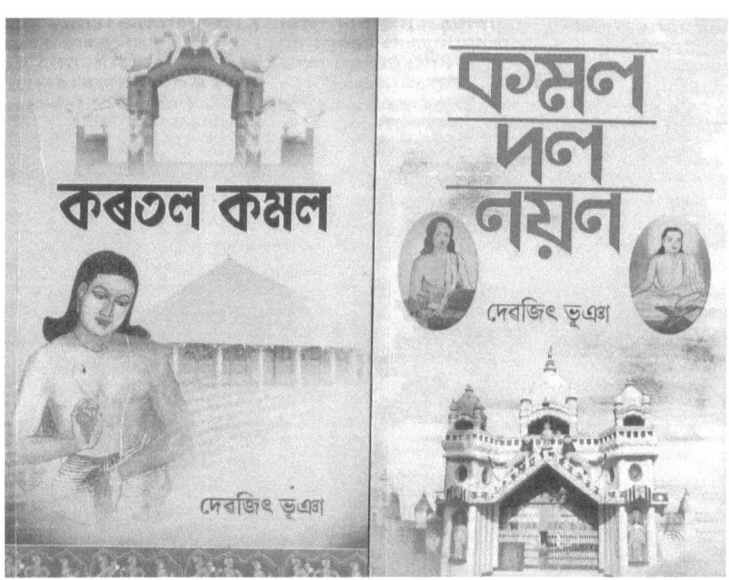

# Tom, cậu bắt đầu làm việc đi

Tom, anh bắt đầu làm việc và lo việc của mình đi
Sẽ không có ai cho bạn bữa ăn miễn phí mãi mãi
Hãy cưa và hummer trong tay của bạn
Trên đời này không thiếu cơ hội
Mọi người từ các tiểu bang khác đang kiếm được rất nhiều tiền ở Assam
Nhưng bạn nói, không có cơ hội ở đất nước tôi
Talke máy tính, bút và sách trên tay hoặc chỉ trồng cây
Một ngày nào đó những cái cây đó sẽ cho bạn trái ngọt, cuộc sống sẽ bớt căng thẳng.

# Vào lúc chết

Vào thời điểm khởi hành cuối cùng của bạn
Tiền sẽ không phải là bạn đồng hành của bạn
Ngôi nhà xinh đẹp của bạn sẽ không đồng hành cùng bạn
Những hàng hóa yêu quý bạn thu thập được sẽ vẫn nằm rải rác
Không có gì của cuộc sống này sẽ ở phía bên kia sau khi chết
Xác chết bằng xương bằng thịt sẽ nằm dưới nấm mộ
Nếu bạn chưa từng giúp đỡ ai trong những ngày tồi tệ của họ khi bạn còn sống
Trên mộ bạn sẽ không có ai dâng hoa sau khi bạn qua đời
Khi còn sống hãy nhân từ, rộng lượng và giúp đỡ người khác
Yêu người khi họ đau khổ và khốn khổ
Ngay cả sau khi chết ký ức của bạn vẫn sẽ tiến triển.

# Chim sẻ nhà

Yêu chú chim nhỏ sống gần nhà bạn
Bạn đồng hành của con người từ lâu
Một phần của lịch sử tiến bộ của homo sapiens
Không bao giờ bỏ rơi con người trong hành trình dài vạn năm
Tuy nhiên, bây giờ họ đang gặp nguy hiểm ở các thành phố và làng mạc
Rừng bê tông đã phá hủy môi trường sống của chúng
Hãy yêu thương chú chim nhỏ này và giúp chúng thoát khỏi nguy cơ tuyệt chủng
Nếu không, nhân loại sẽ mất đi một người bạn đồng hành của mình.

# Tiền bạc lấp lánh

Hàng triệu người đang đói
Nhưng tình trạng lãng phí thực phẩm vẫn tiếp tục
Người giàu lãng phí nhiều hơn với quyền lực đồng tiền
Vì sự sang trọng và sở thích của mình, họ thải ra nhiều carbon hơn
Người nghèo đói sẽ đóng góp như thế nào cho giải pháp không carbon?
Một thành phố lớn, phát triển thải ra nhiều carbon hơn một quốc gia nghèo
Trợ cấp công bằng cho lượng khí thải carbon là giải pháp duy nhất
Biến đổi khí hậu và sự nóng lên toàn cầu sẽ sớm giết chết
Ngay cả những người giàu nhất trong số những người giàu cũng sẽ là nạn nhân và sa ngã.

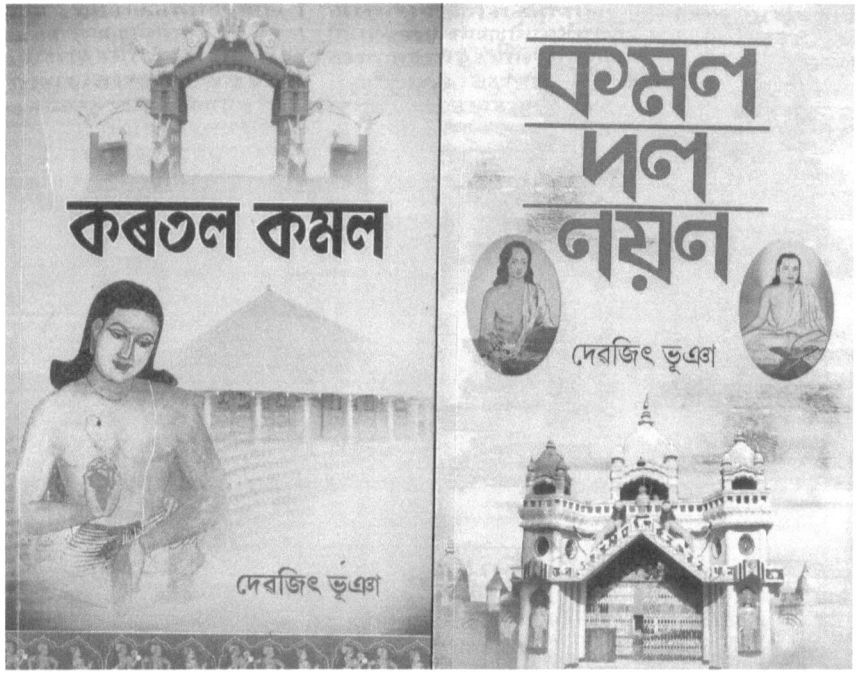

# Hãy sẵn sàng làm việc

Ngay cả khi bạn cầu nguyện Chúa một cách chân thành
Cả Chúa và bất cứ ai sẽ không đến làm công việc của bạn
Hãy từ bỏ bạn đang hiểu lầm rằng chỉ cầu nguyện là đủ
Hãy sẵn sàng tự mình thực hiện công việc của mình để trở nên hiệu quả
Cần thì tự xây cầu đường, đừng đợi ai
Bơi qua sông và biển và đừng đợi Chúa gửi thuyền
Khi bạn bắt đầu làm thì mọi người sẽ tham gia và những bàn tay giúp đỡ cũng sẽ theo sau.
Nhóm sẽ phát triển và bạn sẽ là người lãnh đạo
Nhưng nếu không có việc làm, sẽ không có ai cho bạn một chiếc mũ hay một chiếc lông vũ.

# Cuộc sống thành công

Cuộc sống sẽ không thành công chỉ bằng sức mạnh đồng tiền
Cuộc sống sẽ không thành công chỉ nhờ cầu nguyện
Chỉ làm việc chăm chỉ cũng không thể mang lại thành công
Cuộc sống sẽ không thành công chỉ nhờ các mối quan hệ
Cuộc sống cũng sẽ không thành công qua những bài viết của bạn
Cuộc sống sẽ không thành công nếu có nhiều con cái
Cuộc sống sẽ thành công nhờ kiên trì trên con đường tình yêu
Và những việc làm hào phóng đối với nhân loại và nhân loại.

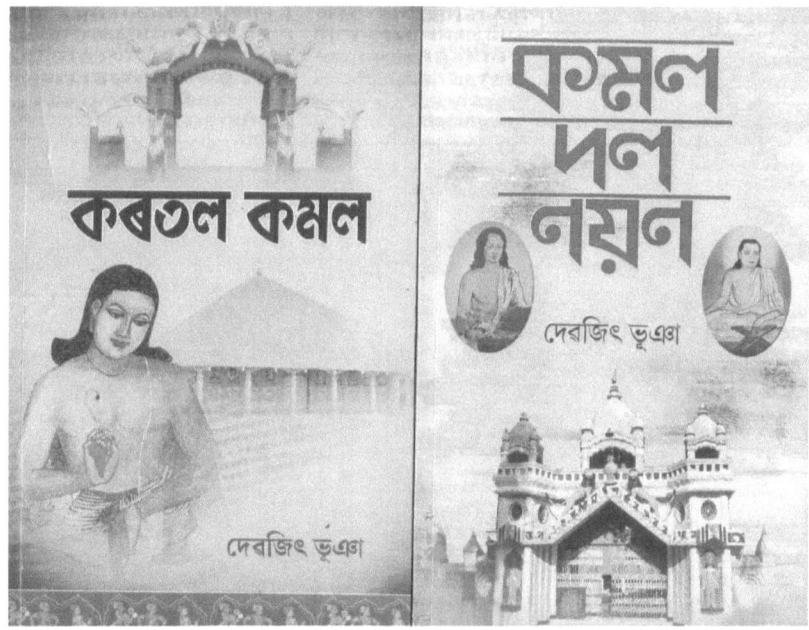

# Assam vàng

Assam giống như vàng sáng lấp lánh
Vẻ đẹp thiên nhiên mỗi ngày hiện ra
Tuy nhiên, Assam còn lạc hậu và kém phát triển
Vào mùa hè Assam ngâm mình dưới nước
Trong hàng trăm năm người ta đã thảo luận về nó
Nhưng vấn đề lũ lụt vẫn chưa được giải quyết
Bọn tham nhũng bòn rút tiền công
Cuộc hành trình chung của đàn ông vẫn mệt mỏi
Hỡi thế hệ trẻ hãy đoàn kết và tiến về phía trước
Trừng phạt các chính trị gia tham nhũng và trao phần thưởng cho Assam.

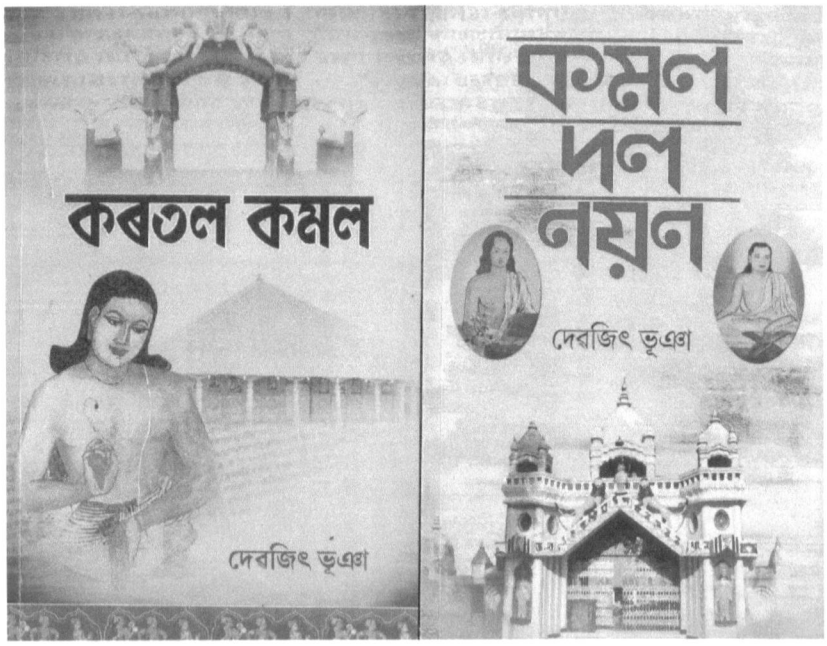

# Nến

Ngọn nến soi sáng phần mộ
Nó mang lại ký ức về người chết trong khi đốt
Người ta nhớ đến bệnh tật mỗi năm một lần
Cầu nguyện Đấng toàn năng dưới ánh nến
Ngôi mộ không chỉ đơn thuần là nơi vứt xác
Đó là đích đến cuối cùng của mọi người bạn, kẻ thù hay kẻ thù
Ánh nến sẽ soi sáng cho mọi người khi còn sống
Khi thắp một ngọn nến, hãy luôn ghi nhớ đích đến cuối cùng.

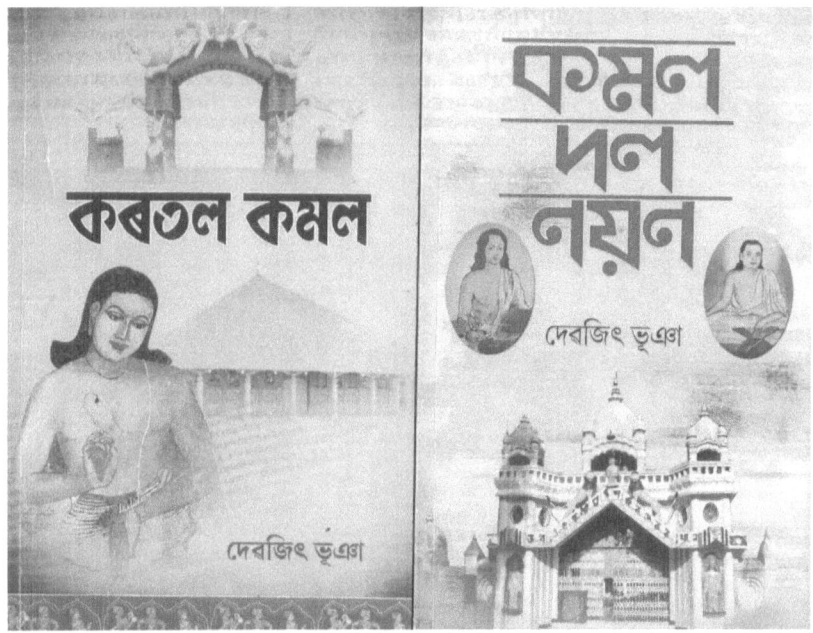

# Vương quốc Awadh

Một thời vương quốc huy hoàng ở Ấn Độ
Chúa tể của tất cả các vị vua Rama đã thiết lập nền pháp quyền
Không tội phạm, không sợ hãi, không đàn áp những tiếng nói bất đồng chính kiến
Ngay cả Sita và Lakshmana cũng bị trục xuất
Cuộc sống ở Awadh thật trong sáng và đơn giản
Nhưng vương quốc hưng thịnh không thể chịu được sự thay đổi
Bây giờ chỉ còn lại lịch sử và di tích mục nát
Với ngôi đền Rama mới, vinh quang đã mất của nó được hồi sinh trở lại.

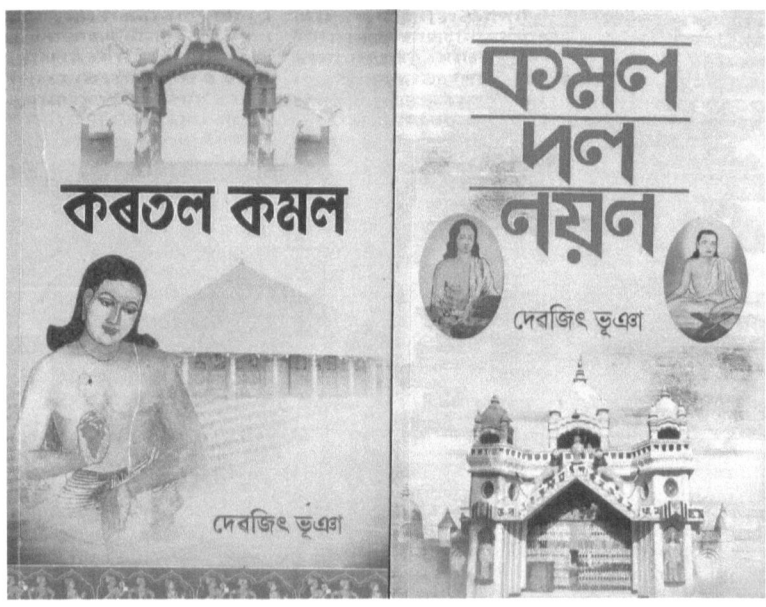

# Nhung

Cái chạm vào nhung thật dịu dàng và mềm mại
Như thể sự hòa quyện mềm mại của bông từ thiên nhiên
Nhìn tuyệt đẹp và ấn tượng với màu sắc khác nhau
Quần áo nhung từng được coi là nữ hoàng quần áo
Vinh quang của nhung dù đã phai nhạt vẫn còn tồn tại
Sức hấp dẫn của nhung đến bây giờ người ta không thể cưỡng lại được.

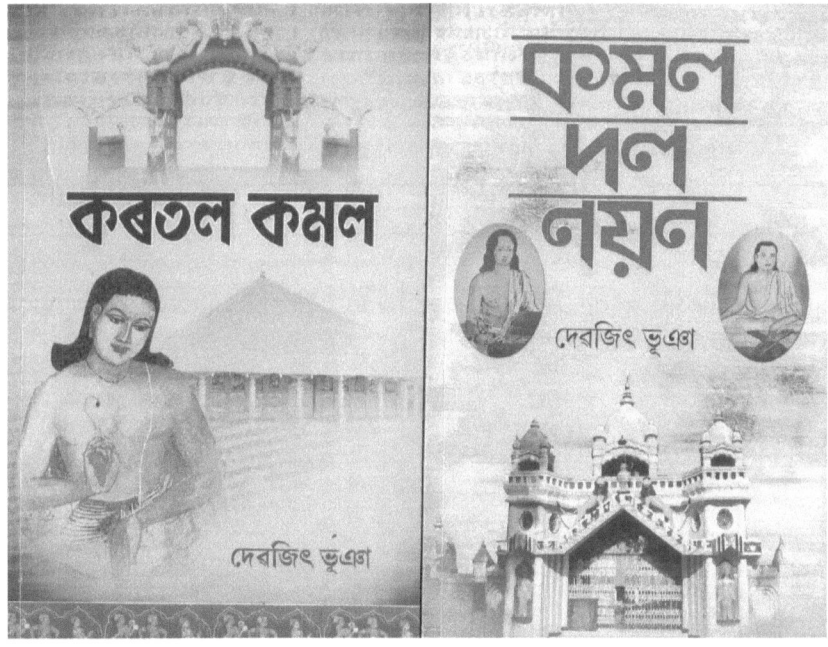

# Mặt trăng

Mặt Trăng thường xuyên xuất hiện và biến mất trên quỹ đạo của nó
Khi vầng trăng biến mất trong bình minh, chim bắt đầu hót
Người dân ăn chay ngắm nhìn sự quay của Mặt trăng
Từng được coi là Thần, con người đã đặt chân lên bề mặt từ lâu
Bây giờ mọi người đang trong cuộc đua xâm chiếm Mặt trăng thông qua công nghệ
Mặt trăng đã tác động đến trái đất kể từ khi nó ra đời dưới dạng vệ tinh
Thủy triều lên, thủy triều xuống là do tác dụng của lực hấp dẫn của Mặt Trăng
Chẳng bao lâu nữa, thuộc địa của con người sẽ ở trên Mặt trăng và xung đột giữa các quốc gia
Huyền thoại về sự sống tồn tại trên Mặt Trăng đang diễn ra khác hẳn
Nhưng phá hủy con đường tự nhiên như Mặt Trăng hiện nay có thể nguy hiểm
Không có Mặt trăng, khí hậu trên hành tinh trái đất của chúng ta sẽ không phù hợp với sự sống.

# thỏ rừng

Hãy tử tế với chú thỏ vô tội
Họ không đủ mạnh
Tất cả các loài động vật đều muốn giết chúng
Nhưng với bộ lông trắng, chúng là vẻ đẹp của rừng rậm
Đi lang thang đây đó với niềm vui và niềm vui
Đừng bao giờ làm hại ai vì bất cứ lý do gì
Nhưng thịt ngon của chúng mang đến cho kẻ thù
Con người cũng giết chúng để mua vui và lấy lông
Đôi khi họ bị buộc phải sống trong tù
Họ không thích lý do do con người áp đặt
Con người đã phá hủy môi trường sống tự nhiên của chúng
Bây giờ cứu họ sẽ là lời khen nhỏ.

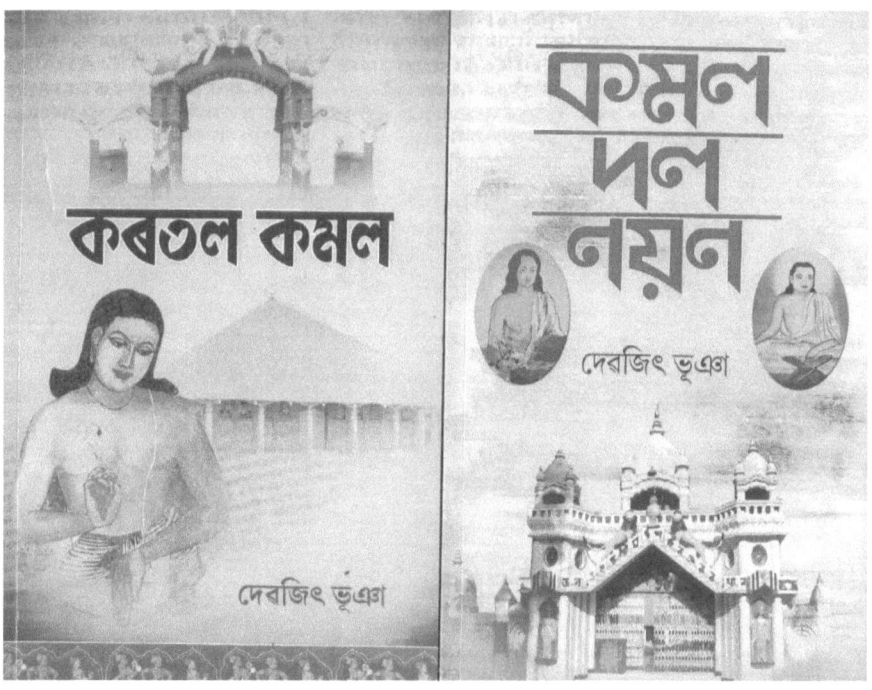

# Cuộc tranh cãi

Em ơi, đừng cãi nhau, nó sẽ làm hỏng trò chơi của em đấy
Cơn giận sẽ bộc phát và không chơi đùa nữa trong nhiều tuần
Giận dữ rất xấu trong cách vui chơi
Hãy nhốt cơn giận và cãi vã của bạn vào một cái chai
Ở vùng đất Sankardeva, cãi vã không có chỗ
Yêu thương nhau và vui chơi cùng bạn bè
Khi bạn già đi, những ngày này sẽ giúp bạn ngừng cãi vã
Xã hội sẽ có lý trí và không có bạo lực.

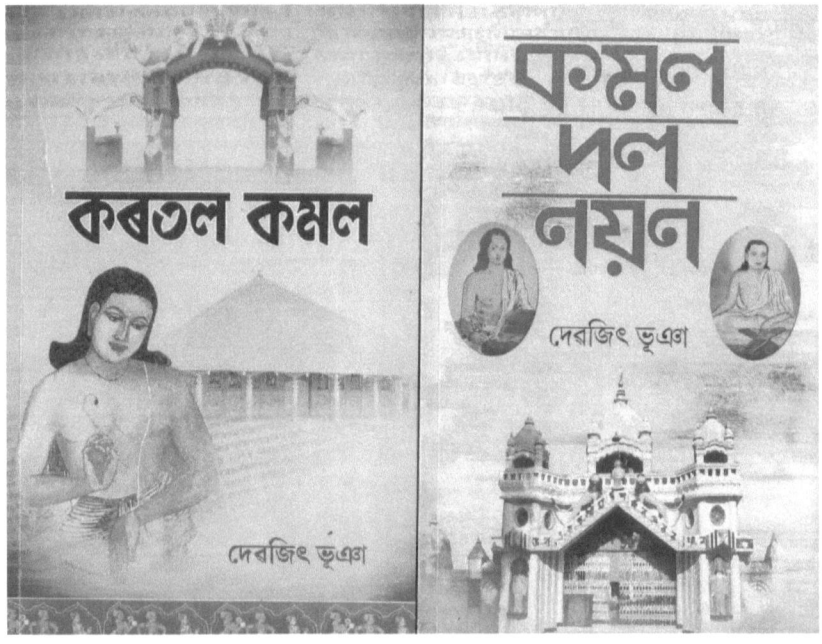

# Tê giác, chiến đấu để sinh tồn

Tê giác ơi, đừng sợ kẻ săn trộm
Nhận ra, bạn mạnh mẽ như thế nào với chiếc sừng
Chiến đấu với con người để sinh tồn
Mang theo hươu, voi làm bạn đồng hành
Cũng kết bạn với King Kobra
Tất cả cùng nhau trở thành vị cứu tinh của Kaziranga
Kaziranga là vùng đất của bạn từ thời xa xưa
Đại bàng và trâu rừng cũng sẽ có mặt trong đội của bạn
Đừng như con trăn lúc nào cũng ngủ một mình
Bạn là thủ lĩnh của các loài động vật ở Kazinga, hãy chống trả
Một ngày nào đó lương tri sẽ thắng thế con người
Bạn sẽ giành chiến thắng trong cuộc đua sinh tồn với tất cả các loài động vật.

## Sóng sông

Đôi khi gợn sóng của dòng sông trở thành sóng
Nước chảy nhanh về đồng bằng như lũ lụt
Zig zag trở thành dòng sông
Đường sá, nhà cửa, mọi thứ chìm trong nước
Lớp bùn, cát phá hủy nhà cửa
Vậy mà cỏ xanh vẫn mọc lại sau cơn lũ
Như thể đồng cỏ mời lũ đến để trẻ hóa.

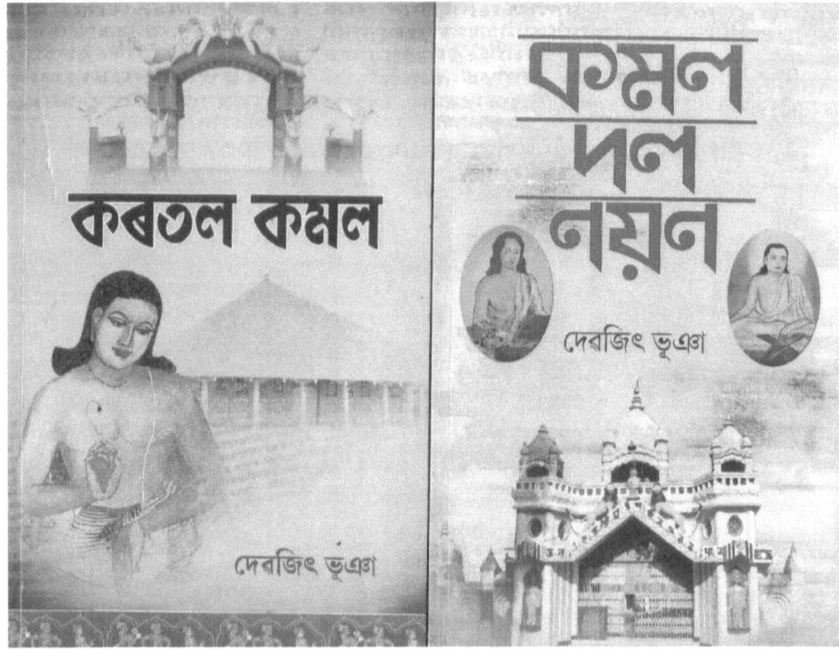

## Muỗi

Sinh ra trong vùng nước khép kín
Nghe như tiếng ong mật nhỏ
Luôn tham lam máu người
Dù cuộc sống chỉ có vài ngày và ngắn ngủi
Vào mùa hè, các giống như cỏ dại
Mang đến cơn sốt và các bệnh khác cho con người
Thành phố Assam của Guwahati là thánh địa của Muỗi.

# Nhà chiêm tinh

Các nhà chiêm tinh không đại diện cho Chúa
Hầu hết các dự đoán của họ đều sai
Cái gọi là tính toán của các nhà chiêm tinh là lừa đảo
Họ lừa dối mọi người và kiếm tiền vì lợi ích riêng
Thế mà dân thường vẫn tin tuổi già là do niềm tin mù quáng
Có nhiều tiền hơn, họ nói những lời ngọt ngào và dự đoán tốt hơn
Nhưng không có tiền, họ sẽ áp đặt quá nhiều hạn chế.

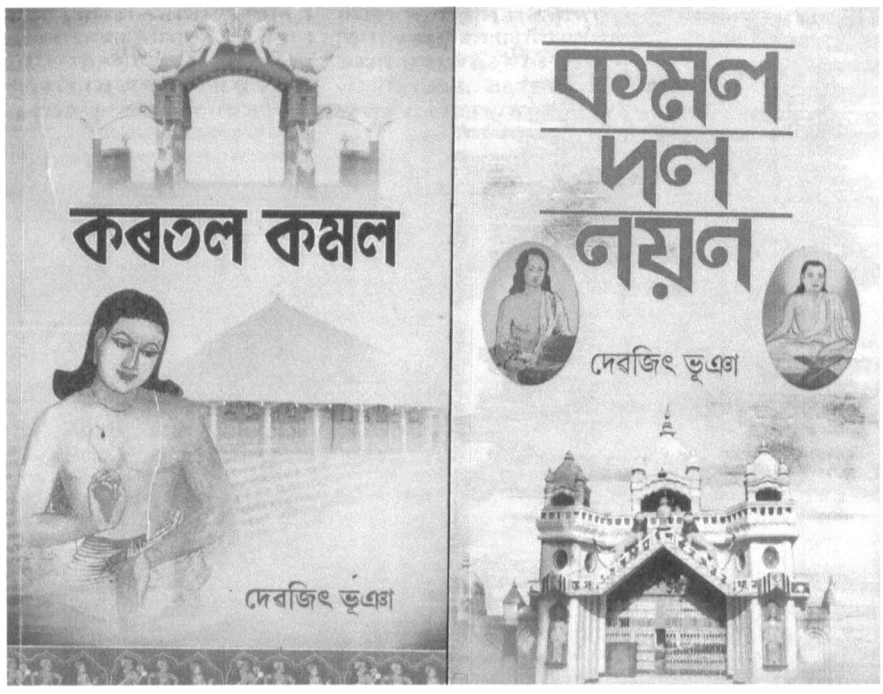

# Tuổi sáu mươi

Ở tuổi sáu mươi bạn không thể chạy như hai mươi
Cơ thể trở nên yếu ớt, giòn và xương trở nên dễ gãy
Vết nứt hoặc tổn thương xương không bao giờ lành nhanh chóng
Dù tâm trí bạn có thể còn trẻ như một thanh niên hay một thiếu niên
Nhưng sau một thời gian làm việc, cơ thể bạn sẽ muốn được nghỉ ngơi
Chấp nhận rằng bạn không thể chạy nhanh như hồi còn học đại học
Ngay cả khi phải trả thêm phí bảo hiểm, các công ty bảo hiểm vẫn miễn cưỡng
Hãy chăm sóc sức khỏe và trái tim của bạn ở tuổi sáu mươi trở lên
Nếu không tập thể dục và đi bộ quá nhanh, bạn sẽ bị rỉ sét.

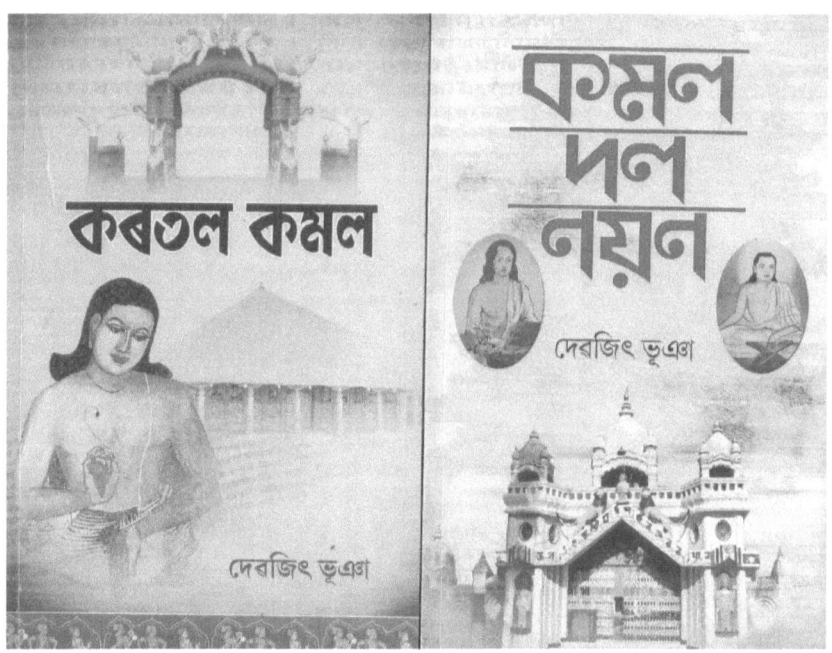

## Mẹ không mục nát

Người sẽ đến và người sẽ đi
Tâm trí sẽ thay đổi từng giây phút
Đôi khi người ta sẽ khen ngợi
Đôi khi người ta sẽ từ chối
Đôi khi người ta sẽ thờ ơ
Nhưng giống như đồi núi
Mẹ sẽ luôn ở bên con
Tình yêu của cô dành cho trẻ em là điều không thể nghi ngờ
Đó là lý do tại sao quá trình tiến hóa đang diễn ra
Và nền văn minh nhân loại của chúng ta vẫn tiếp tục phát triển.

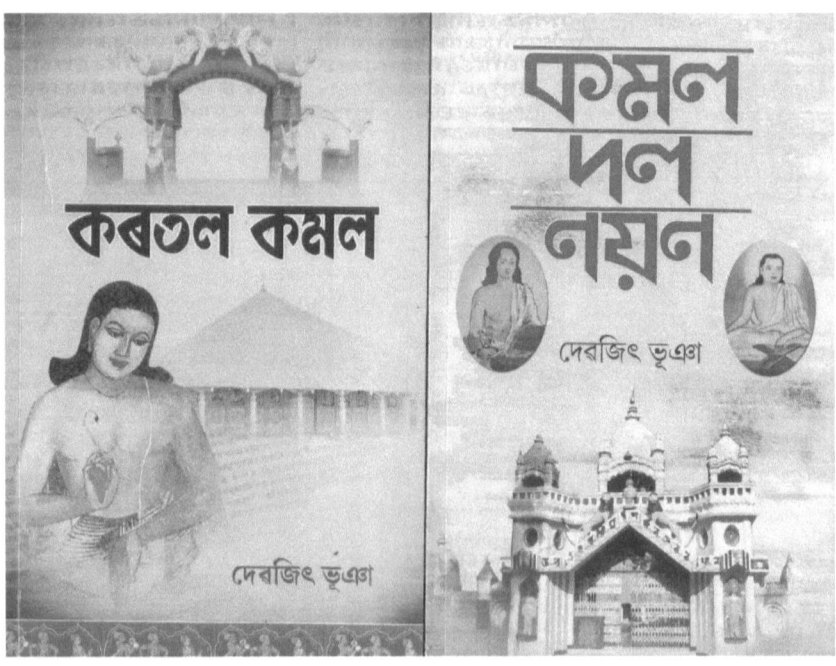

## Assam yêu dấu

Assam là nơi thân yêu của chúng tôi
Chúng tôi luôn nhớ dù ở nước ngoài
Mỗi ngày chúng tôi nghĩ về việc trở lại
Các loại trái cây ở đây rất đa dạng và ngon ngọt
Khí hậu ôn hòa quá tốt để cảm nhận
Các giống lúa có đa dạng sinh học độc đáo
Tê giác một sừng và động vật làm tăng sự thịnh vượng
Con người giản dị và không tham lam của cải
Tổ quốc Assam là sức mạnh thực sự của chúng tôi.

## Dầu dưỡng tình yêu

Dầu dưỡng có thể chữa ngứa do sâu cánh
Chúng ta dùng dầu thơm để thoát khỏi những đau khổ khác nhau
Nhưng trong nỗi đau tinh thần, tình yêu là liều thuốc duy nhất
Chữa lành nỗi đau tâm hồn của ai đó bằng tình yêu và sự quan tâm
Nó sẽ mang lại niềm vui cho tâm trí của bạn
Sự mê tín không thể chữa lành bệnh tật về thể chất và tinh thần
Sừng tê giác hay răng hổ không có tác dụng chữa bệnh thần kỳ
 Họ là những sinh vật ngây thơ với vẻ đẹp
Giết tê giác để chữa bệnh chỉ là việc điên rồ
Hãy yêu thương mọi tạo vật của Chúa với lòng nhân từ.

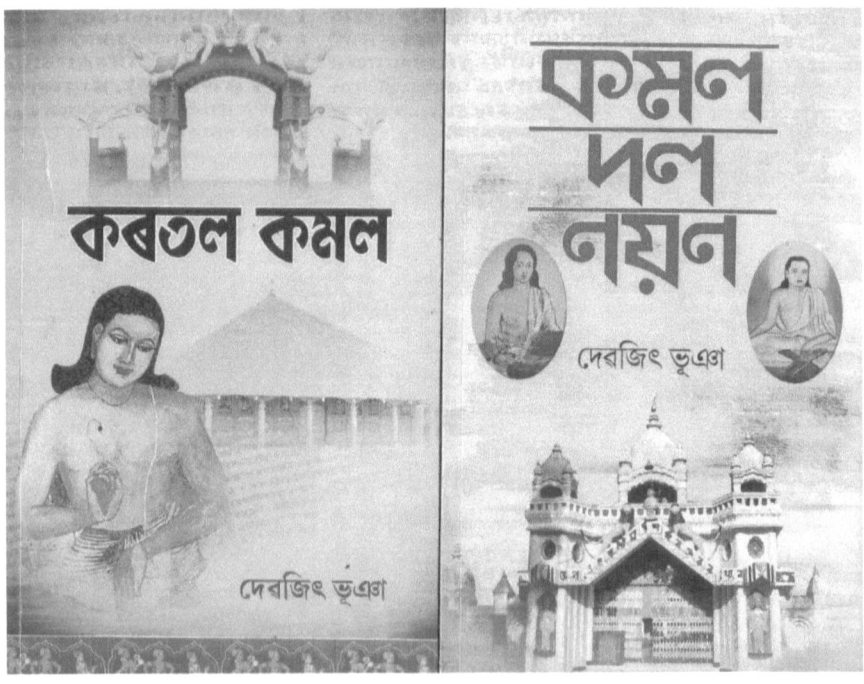

# Thông tin về nhà và gia đình

Tâm trí đông đảo người dân vẫn buồn bã, chán nản
Hiện nay tình hình ở quê nhà không hề tốt và đơn giản
Các mối quan hệ quá phức tạp để tạo nên một mái ấm gia đình ngọt ngào
Khi ngôi nhà của chúng ta không được tốt và hòa hợp
Làm thế nào chúng ta có thể nghĩ về sự hòa hợp giữa thành phố và đất nước?
Mọi người phải làm việc để có một môi trường gia đình thuận lợi
Vứt bỏ cái tôi và mặc cảm tự tôn trong nhà
Thay đổi gia đình, tình yêu, đam mê và thái độ buông bỏ chính là con đường
Một khi mặt trận quê hương đi đúng hướng, quốc gia cũng sẽ chao đảo.

# Tiền đến từ sự chăm chỉ

Tiền không bao giờ mọc trên ruộng hay trên cây
Nhưng trồng trọt có thể tạo ra tiền
Tiền đã vay phải được trả lại
Đó không phải là số tiền khó kiếm được của bạn
Tiền kiếm được nhờ làm việc chăm chỉ chỉ là mật ong
Đừng lãng phí thời gian suy nghĩ tiền sẽ đến như thế nào
Nếu bạn đi đúng đường, bạn sẽ tìm thấy tiền ở khắp mọi nơi
Nhưng để kiếm được tiền, bạn phải làm việc chăm chỉ
Con đường đi đến đồng tiền luôn đầy chông gai và chông gai
Vì vậy, đừng lãng phí thời gian, thời gian là tiền bạc và để có tiền thì cần có thời gian.

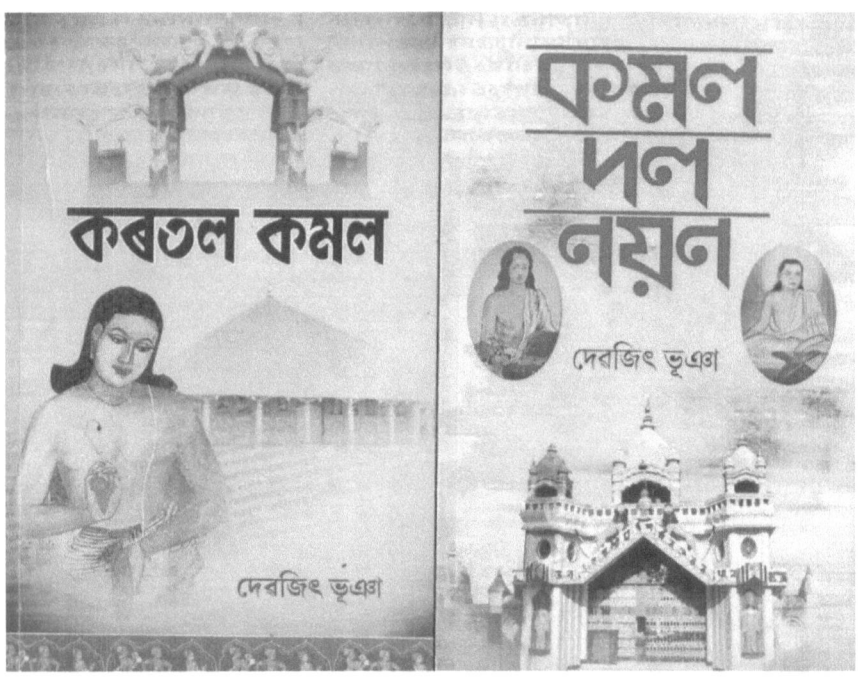

# con bò đực

Con bò bắt đầu đi cày vì con người và nền văn minh đã thay đổi
Nhưng con bò đực chỉ chiếm một phần tối thiểu trong việc trồng trọt
Vậy mà không hề phàn nàn hay oán giận vì kém thông minh hơn con người
Người ta thậm chí còn xẻ thịt bò đực trong lễ hội để lấy thịt
Những con bò đực là con cái của Thiên Chúa nhỏ bé và bất lực
Có gì sai nếu chúng ta đối xử có đạo đức với họ?
Trong sự tiến bộ của nền văn minh nhân loại, sự đóng góp của họ là vô cùng to lớn.

## Sự tức giận

Giận dữ là kẻ thù lớn nhất của chúng ta
Trong cơn giận dữ, người ta sát hại gần gũi
Gia đình, đất nước bị tàn phá
Trong lúc nóng nảy xảy ra biến cố lớn
Và nỗi đau kéo dài suốt cuộc đời
Kiểm soát cơn giận của bạn mỗi ngày, mọi khoảnh khắc
Lợi ích sẽ vô cùng to lớn và vô giá
Bạn sẽ bắt đầu yêu tất cả và tất cả sẽ yêu bạn
Hàng ngàn bông hoa sẽ nở rộ với cầu vồng.

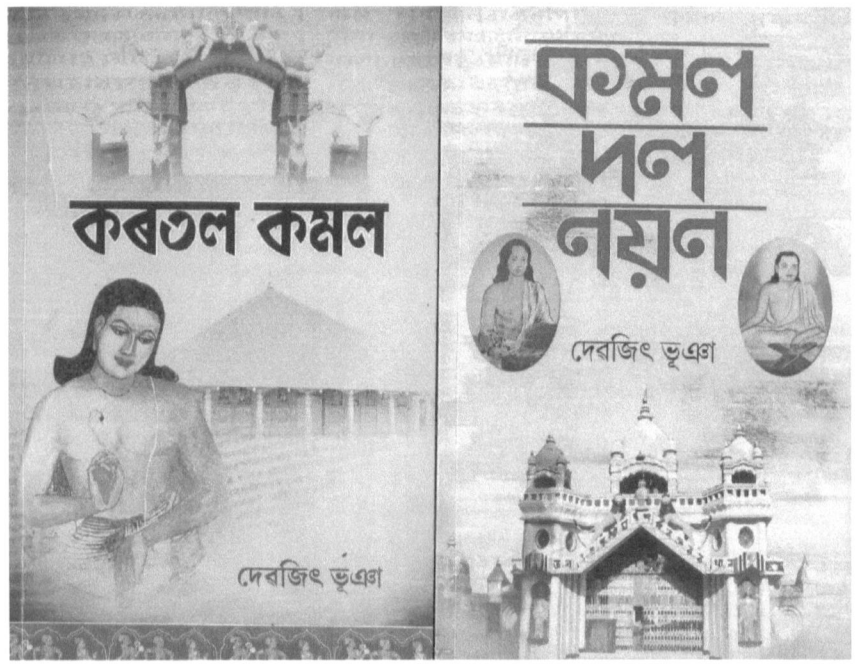

# Thổi nóng thổi lạnh

Có lúc thổi nóng, lúc cần thì thổi lạnh
Để thành công trong cuộc sống, đây là nguyên tắc quan trọng
Nếu bạn trở nên quá nóng tính, mục đích của bạn sẽ không đạt được
Nếu bạn trở nên quá lạnh lùng, mọi người sẽ lợi dụng
Khi nói chuyện hãy lịch sự, nhưng nếu cần thiết hãy nói cứng rắn
Trong mọi tình huống không cần phải trở nên ngỗ ngược hay thô bạo
Khi sai lầm và lỗi lầm thuộc về bạn, đừng bao giờ tức giận
Nếu không người ta sẽ dồn bạn vào góc như hổ đói
Phản ứng tùy theo tình huống và hoàn cảnh là điều tốt cho cuộc sống
Nhớ mắng suốt, đúng là chỉ với vợ thôi.

# kính chào

Đừng bao giờ trở nên ung dung trong cái tôi
Mọi người sẽ sớm biết thái độ tôn kính của bạn
Tình yêu của người ta dành cho bạn tan chảy như băng
Tốt hơn là nên lý trí và cư xử lịch sự
Thái độ tôn kính sẽ đẩy bạn xuống
Mọi người sẽ truất ngôi vương miện khó có được của bạn
Thái độ kiêu ngạo sẽ đào mộ cho thiện chí của bạn
Ngôn ngữ cơ thể kiêu căng của bạn sẽ đẩy bạn từ đỉnh đồi xuống.

# Tình yêu và tình cảm năm mới

Hãy yêu thương và gửi những lời chúc tốt đẹp nhất cho năm mới
Với nó có bảy màu sắc của cầu vồng
Màu sắc của cây đã thay đổi
Trong lễ hội Bihu mọi người đang mua quần áo mới
Mọi người đều tận hưởng lễ hội với nhiều màu sắc khác nhau
Ngay cả những con bò đực và bò cái cũng có dây mới
Một số người nhận sự từ chối trong Chúa để có tương lai tốt đẹp hơn
Hãy từ bỏ hận thù, đố kỵ và cái tôi trong năm mới
Dưới tán cây bồ đề vang tiếng trống (dhool)
Các vũ công trẻ rất vui vẻ và vui vẻ
Trong lễ hội Bihu, Assam có tâm trạng lạc quan
Tê giác và chim rừng cũng vui nhảy múa
Không khí ở Assam là lễ hội, vui vẻ và hân hoan.

# Thời tiết ở Assam trong tháng 3-tháng 4

Thời tiết trở nên dễ chịu và đẹp đẽ
Mây trắng bay giữa trời xanh
Trên đường, các phương tiện chạy rất nhanh
Do khối lượng công việc nặng nề nên Pawan không thể về thăm nhà
Tâm trí Ikon u ám vì thiếu vắng Pawan
Cô nhìn về phía cây hoa nhài nở hoa
Tâm trí cô trở nên vui vẻ khi nghe tiếng trống (dhool)
Cô cùng bạn bè chạy ra cánh đồng Bihu
Dưới gốc cây peepel tất cả cùng nhau nhảy múa
Bihu là huyết mạch của văn hóa Assamese
Tháng 3-tháng 4 là thời điểm thời tiết đẹp.

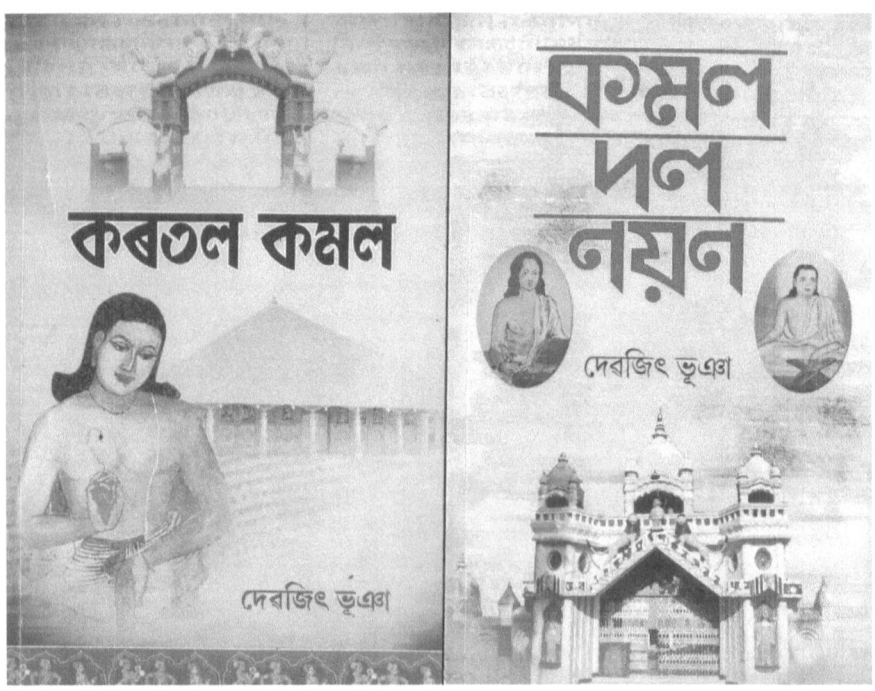

# Tình yêu tháng tư

Mang theo tình yêu của anh Tháng Tư, thời điểm của không khí lễ hội
Anh không thể cho em một chiếc váy hay đồ trang sức đắt tiền
Túi tôi không đầy tiền
Tuy nhiên trái tim tôi là tình yêu và tình cảm
Con đường tham tiền đầy chông gai
Nhưng con đường tình yêu thơm ngát vô tận
Tháng 4 là tháng mua quà đắt tiền cho người giàu
Đối với tôi đây là tháng lan tỏa tình anh em và tình yêu thương
Có lẽ tôi không thể tặng bạn một chai rượu đắt tiền
Nhưng trái tim anh tự do đến thăm em để ôm em
Đối với anh không có món quà nào quan trọng hay đắt giá hơn khuôn mặt hạnh phúc của em
Một khi bạn ôm tôi và mỉm cười vui vẻ, cả thế giới là của tôi.

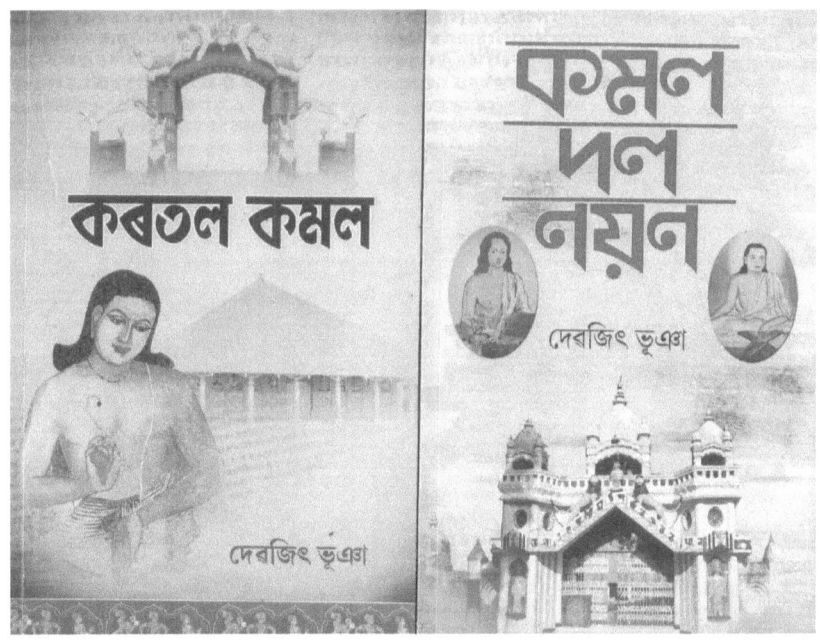

# Thế giới kỳ lạ

Đây là một thế giới kỳ lạ
Giàu quá giàu, nghèo thì bằng miệng
Không có gì về đông và nhà để ngủ
Không ai bận tâm đến nỗi khốn cùng của người nghèo
Xe sang dừng gần thẩm mỹ viện
Hàng ngàn đô la chi cho việc chải chuốt và nhuộm tóc
Nhưng không một xu nào dành cho người ăn xin ngồi bên đường
Đây thực sự là một thế giới kỳ lạ của con người động vật tối cao
Mỗi lúc mọi người đều bận rộn làm những điều vô lý
Trên thế giới này rất khó kiếm kế sinh nhai bằng sự trung thực
Nhưng hàng triệu đô la đến từ sự lừa đảo và lừa dối mọi người
Tuy nhiên, để có một thế giới tốt đẹp hơn, sự liêm chính và trung thực là những quy tắc đơn giản.

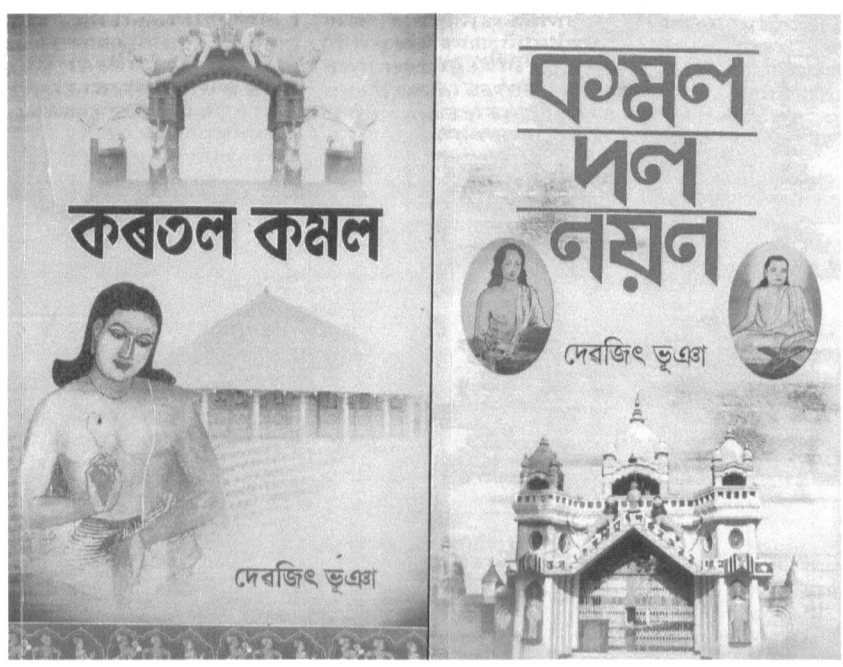

## Tình mẹ

Mẹ ơi, mẹ yêu dấu
Mẹ mẹ, mẹ yêu dấu
Trời cũng không bằng mẹ
Tình yêu chảy như dòng sông
Không có tình yêu nào trong sáng hơn tình mẹ
Bà tha thứ mọi lỗi lầm của con
Hãy quan tâm ngay cả khi cô ấy ốm và mệt mỏi
Lúc hoạn nạn ai cũng ôm rác vào tay
Sự đụng chạm và nụ hôn của cô ấy là liều thuốc giảm đau tốt nhất
Đừng bao giờ bỏ bê hay gây tổn thương tinh thần cho mẹ
Cô ấy là mối liên kết giữa nhân loại và tình anh em
Quá khứ, hiện tại và tương lai chảy trong bụng mẹ
Không có mẹ, thời gian và nền văn minh sẽ dừng lại bằng một tiếng sét lớn.

## Đám mây

Dạy A-apple, B-ball, C-climate
Khí hậu đang thay đổi rất nhanh
Tháng ba mưa lớn
Cơn mưa bất chợt làm hỏng lễ hội
Ngay cả ở sa mạc mưa lớn cũng gây ra sự tàn phá
Nhưng đối với biến đổi khí hậu, con người vô cảm
Vụ nổ đám mây xảy ra thường xuyên
Trong những ngọn đồi và những kế hoạch, nó mang đến sự khốn khổ
Sa mạc, đồi núi và đồng bằng không tránh khỏi biến đổi khí hậu
Hướng gió mùa trở nên thất thường
Và những vùng đất màu mỡ đang phải chịu đựng gió lùa và nỗi đau
Ngăn chặn biến đổi khí hậu hiện nay phải là tầm nhìn chính.

# Lạm dụng

Tài nguyên trên đất mẹ đang cạn kiệt
Nhưng dân số của người Homo Sapiens đang gia tăng
Đừng lạm dụng nước, đừng lạm dụng năng lượng
Đừng lạm dụng quần áo, đừng lạm dụng tiền bạc
Không lạm dụng bút, bút chì, giấy và nhựa
Đừng lạm dụng đường, muối và thậm chí cả một loại ngũ cốc
Đừng lạm dụng thời gian và lỡ chuyến tàu
Hàng triệu người vẫn ngủ với cái bụng đói
Giảm thiểu lãng phí có thể cung cấp cho họ bữa ăn hai lần một ngày
Đối với Chúa, việc giảm bớt việc lạm dụng đồ vật có thể là một lời cầu nguyện thực sự.

# Ngày xửa ngày xưa

Ngày xửa ngày xưa Assam có đầy đủ tài nguyên
Cư trú hạn chế ở các thị trấn và làng nhỏ
Trong vườn sau nhà cây cối trĩu quả
Vườn bếp ngập tràn rau lá xanh
Ao hồ sôi động với nhiều loại cá bản địa khác nhau
Đột nhiên mọi người di cư từ các quốc gia đông dân gần đó
Họ bắt đầu chiếm đất chăn thả gia súc miễn phí
Xung đột bắt đầu giữa người bản địa và người di cư
Điểm chớp nhoáng xảy ra với vụ thảm sát người nhập cư Nelie
Nelie vẫn là nỗi sợ hãi trong lịch sử Assam yên bình
Chính trị đã hủy hoại lời dạy cơ bản của Sankardeva về lòng khoan dung.

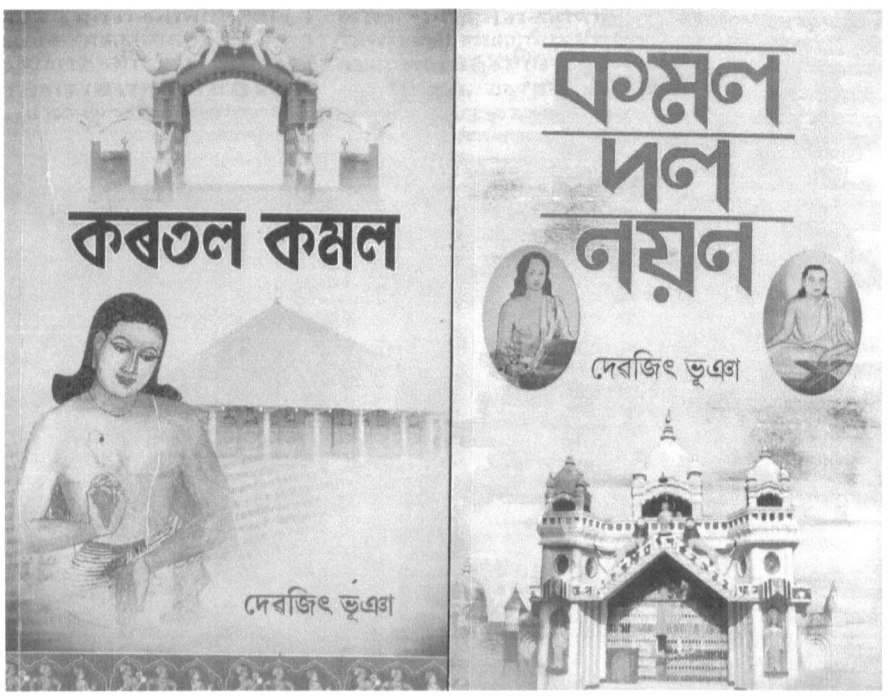

# Tình yêu vô giá trị

Tình yêu đã trở thành hàng hóa tiếp thị vô giá trị
Nếu bạn phân phát tiền, mọi người sẽ yêu quý và ngưỡng mộ bạn
Có tiền sẽ có nhiều tình yêu và những nụ cười
Nhưng chi phí lễ hội và hàng ngày của bạn sẽ tăng vọt
Một khi bạn ngừng hào phóng, dòng sông tình yêu sẽ cạn kiệt
Để có được tình bạn và các mối quan hệ, một mình bạn phải khóc
Sẽ không ai nhớ đến tình yêu và sự quan tâm của bạn mà bạn đã dành cho họ
Một khi bạn dừng lại để chúng tiếp tục là gà đẻ trứng vàng
Thà đi du lịch thế giới một mình và gặp những người chưa quen
Bạn có thể chiếm được trái tim ai đó mà không tốn một xu
Tình yêu người bạn vô danh ấy trọn đời như mật ngọt.

# Sự cai trị sáu trăm năm liên tục của Ahom

Người Ahom đến Assam từ Miến Điện, ngày nay gọi là Myanmar
Và thành lập Vương quốc Ahom đánh bại các vị vua nhỏ
Họ cai trị Assam sáu trăm năm mà không hề bị gián đoạn
Đoàn kết tất cả các nhóm dân tộc nhỏ để tạo nên một Assam lớn mạnh hơn
Khu vực thịnh vượng với nông nghiệp, thương mại và xây dựng cung điện
Biết về sự giàu có của Assam, người Moghul đã tấn công Assam mười bảy lần
Nhưng không thể chinh phục được Vương quốc Ahom và những chiến binh huyền thoại đã ra đời
Cuộc đấu đá sau này giữa các hoàng tử Ahom đã dẫn đến sự sụp đổ của vương quốc
Người Anh dễ dàng đánh bại quân đội Miến Điện chiếm đóng Assam trong thời gian ngắn
Lịch sử và vinh quang của vương quốc Ahom đã vĩnh viễn bị dập tắt.

# Tôi sẽ thành công

Tôi không phải là một cá nhân ích kỷ ở một hòn đảo biệt lập
Không có con người và xã hội, tôi không có chỗ đứng
Đó là lý do tại sao tôi luôn năng động, không bao giờ tĩnh tại
Với sức mạnh của mọi người, tôi không hề sợ hãi
Chúng ta có thể phá núi và đào sông mới
Với mọi người, tôi có thể bay trên không như một con đại bàng
Tôi có thể tỏa sáng như vầng trăng tròn trên bầu trời
Vì vậy, tôi trung thực và tận tâm với mọi người
Tôi luôn cùng nhau xây dựng đời sống cộng đồng, điều đó thật đơn giản
Làm việc nhóm và làm việc cùng nhau là con đường tiến bộ của tôi
Đó là lý do tại sao tôi tự tin vào sự thành công của tôi và của đội.

## Cây hoa đốt

Phía trên cây kadam (hoa đốt), đại bàng làm tổ
Dưới đó con voi chăm chỉ chơi đùa vui vẻ và nghỉ ngơi
Voi mẹ đang nhìn vào cây chuối gần đó
Con bê của cô mong muốn được thưởng thức những cây chuối nhỏ chạy tự do
Vài mảnh bông nhỏ bay từ Simalu (bombax-ceiba) đến
Con bê nhảy lên để bắt con vật tương tự và bắt đầu chạy theo nó
Nghe tiếng trống đánh mẹ trở nên cảnh giác
Hành trình vất vả vào rừng và thưởng thức trái voi
Ở đó bông bay chào đón họ bằng màu trắng
Đây là khoảng thời gian thiên nhiên tận hưởng cùng muôn loài.

# Người Ả Rập

Đại dương Ả Rập rất lớn và rộng
Nhưng người có tâm hẹp hòi luôn đấu tranh
Cả năm các nước Ả Rập nóng quá
Đây có thể là lý do tại sao người Ả Rập luôn chiến đấu
Hazarat giới thiệu tôn giáo mới để mang lại hòa bình trong khu vực
Ban đầu anh bị mọi người xô đẩy vì coi đó là tội phản quốc
Mặc dù tôn giáo sau này của Muhammad phát triển nhanh chóng
Hòa bình ở Ả Rập biến mất vĩnh viễn
Vẫn còn chiến tranh đang diễn ra trong khu vực mà không có giải pháp
Người Ả Rập cần tư duy hiện đại với sự giải phóng phụ nữ.

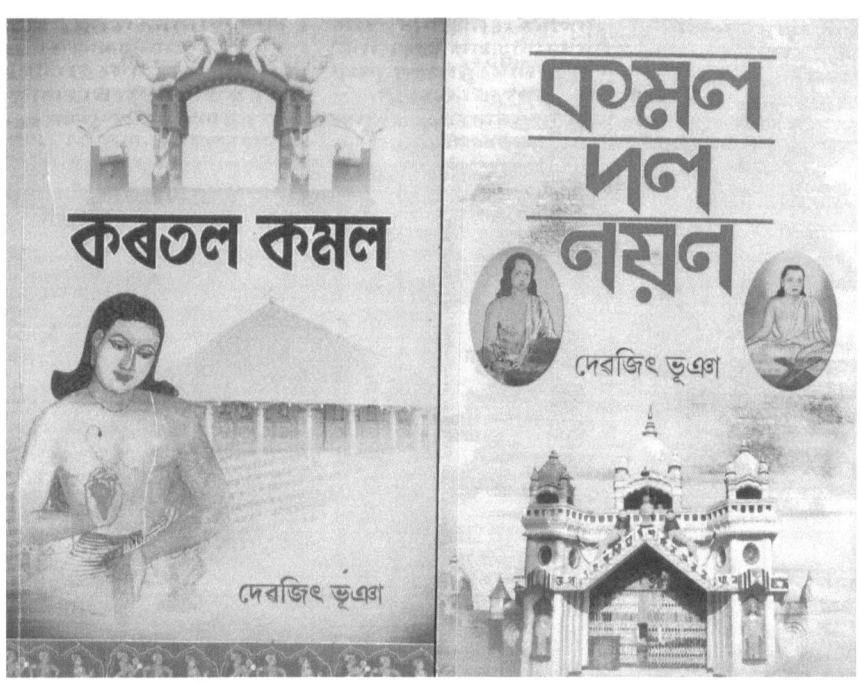

# Rừng

Rừng rậm và rừng nên được kiểm soát bởi động vật
Không phải bởi cái gọi là thông minh được gọi là homo sapiens
Thế giới này không chỉ thuộc về một loài duy nhất
Mọi loài đều có quyền sống và tồn tại trên hành tinh này
Chúng ta có thể thông minh nhưng chúng ta không có quyền hủy diệt hành tinh này
Sự cân bằng sinh thái cũng cần thiết cho sự sống còn của con người
Lệnh của động vật trong rừng có thể làm cho môi trường bền vững

# Khaddar (vải khadi)

Khuyến khích vải khadi thủ công
Nó tốt cho làn da và nền kinh tế Ấn Độ
Ở các thành phố một thời khadi bị bỏ quên
Nhưng bây giờ mọi người đã nhận thức được giá trị của nó
Gandhi truyền bá khadi thông qua charkha (bánh xe quay)
Khadi đã giúp nền kinh tế nông thôn Ấn Độ phát triển
Hàng nghìn người dân nông thôn đã có dòng tiền
Khadi trao quyền cho phụ nữ làng
Nhưng các nhà máy kéo sợi và polyester đã giáng một đòn lớn vào Khadi
Bây giờ dần dần Khadi đang trở nên phổ biến
Trong lịch sử giành độc lập Khadi sẽ luôn được ghi nhớ.

# Nước hoa Assam (dầu trầm hương)

Nước hoa Assam rất phổ biến ở thế giới Ả Rập

Không nơi nào trên thế giới sản xuất được loại thạch này

Ajmal gắn nhãn hiệu này ở Ả Rập, Châu Âu và Châu Mỹ

Nó hiện cũng phổ biến ở Bangladesh và Úc

Trong rừng cây trầm hương Assam mọc lên

Với một loài côn trùng đặc biệt sinh sản, dòng dầu agar

Mùi hương của thạch rất độc đáo, được người Hồi giáo ưa chuộng

Tất cả các loại nước hoa nhân tạo gần nó đều ngắn và mỏng.

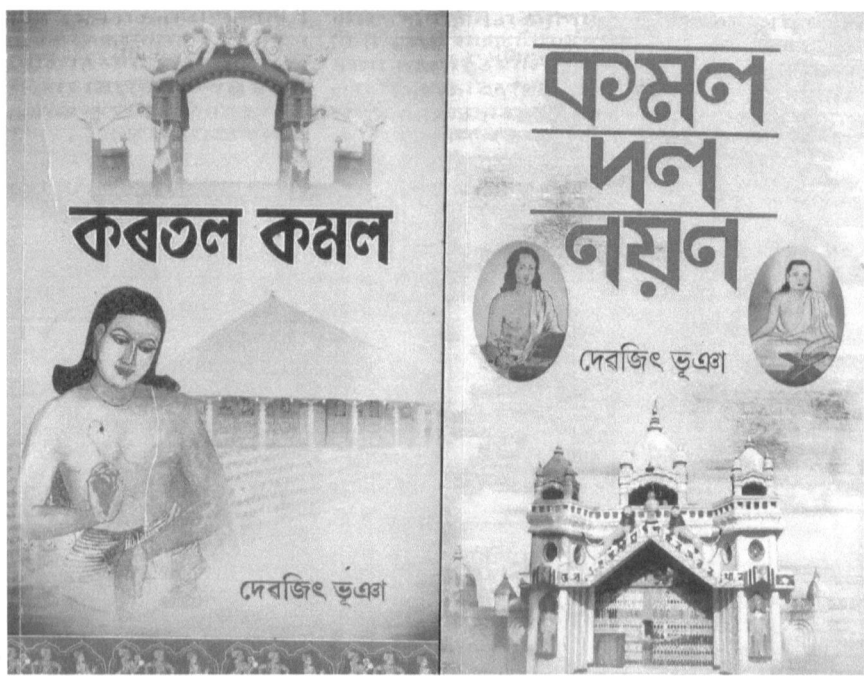

# Lụt

Ôi dòng sông lớn, dòng sông cạn của anh
 Đừng tạo ra sự tàn phá bằng lũ lụt
Đừng phá hoại mùa màng và hủy hoại đất đai màu mỡ
Người nghèo phải chịu thiệt hại nặng nề nhất vì hành động của bạn
Khi trời mưa lớn, bạn chọn bất cứ con đường nào để chảy
Do lũ lụt, nhiều nền văn minh bị tàn phá
Dù sông là huyết mạch của nền văn minh nhân loại
Đến bây giờ các con đập cũng không thể giải quyết được
Ít xảy ra thiên tai do vỡ đập
Ôi dòng chảy hùng mạnh của ngươi dần dần trở nên yên tĩnh và tĩnh lặng.

# Quả của việc làm (Nghiệp)

Mọi người đều phải tận hưởng thành quả lao động của mình dù tốt hay xấu

Định luật thứ ba của Newton là phổ quát và không thể tránh khỏi

Việc tốt và hành động tốt mang lại kết quả tốt

Những hành động và hoạt động xấu sẽ buộc bạn phải chịu đau khổ

Không ai tránh khỏi kết quả hay quả của Nghiệp

Làm việc tốt, nghĩ tốt là pháp của Sankardeva

Làm điều tốt cho con người, xã hội và cả thế giới động vật

Vào lúc chết, bạn sẽ tìm thấy sự bình an, tĩnh lặng, tôn trọng.

# Lòng ghen tị

Muốn thấy thành công của người khác, đừng ghen tị

Đạt được điều tốt đẹp hơn, nếu không cuộc sống sẽ trở nên nhẫn tâm

Ganh tỵ thì bạn sẽ không bao giờ nổi tiếng

Chỉ trích người khác luôn khiến cuộc sống của bạn trở nên xốp

Thay vì đốt cháy trong ghen tị, hãy làm việc chăm chỉ;

Ghen tuông và cái tôi là người bạn đồng hành xấu xa của bạn

Họ sẽ không bao giờ cho phép bạn trở thành nhà vô địch

Đúng hơn là họ sẽ làm hỏng ý kiến của người bạn tốt của bạn

Để thành công trong cuộc sống, loại bỏ ghen tị, cái tôi là giải pháp tốt

Từ bỏ người bạn đồng hành xấu, não sẽ bắt đầu mô phỏng sáng tạo.

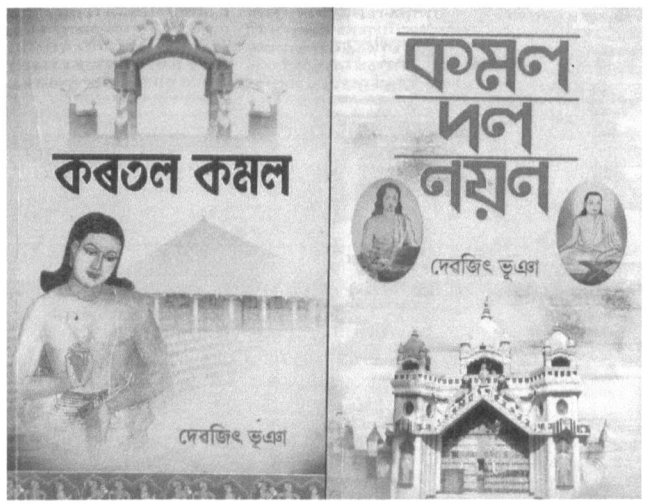

# Mọi thứ sẽ diễn ra như bình thường

Liệu tôi có còn sống hay không vào năm tới
Trái Đất sẽ tự quay và cách mạng
Các mùa sẽ thay đổi như thường lệ do ô nhiễm
Có thể không có giải pháp lâu dài
Vậy mà mọi chuyện vẫn diễn ra bình thường chẳng có gì đáng bận tâm;
Trái tim tan vỡ của tôi có thể không hòa hợp cho đến khi tôi chết
Tuy nhiên, với trái tim tan vỡ, người ta sẽ giữ hy vọng và niềm tin
Có khả năng chịu đựng nỗi đau cuộc đời, có người sẽ nói lời chia tay
Ngay cả sau nhiều lần thất bại, một số người vẫn sẽ cố gắng thêm một lần nữa
Tuy nhiên, hành tinh này sẽ tiếp tục phát triển;
Những lý thuyết mới sẽ xuất hiện về nguồn gốc vũ trụ của chúng ta
Quan điểm của các nhà khoa học và triết học sẽ đa dạng
Tuy nhiên, sự giãn nở của vũ trụ sẽ không dừng lại hoặc đảo ngược
Các định luật cơ bản của vật lý, tự nhiên sẽ bảo tồn
Một năm không có ý nghĩa gì với thế giới, nhưng ký ức của chúng ta sẽ được bảo tồn;
Tài sản của thời gian, quá khứ, hiện tại và tương lai sẽ không cho phép quay trở lại
Cuộc đời sẽ đến và đi như lớp chồng chồng lên nhau
Ngay cả lịch sử của các sự kiện lớn cũng sẽ tồn tại trong thời gian giới hạn
Đây là vẻ đẹp của thiên nhiên và tạo hóa, thật cân đối và tinh tế
Nói lời tạm biệt với hai mươi ba với niềm vui và rượu.

# Con rùa

Ngày xửa ngày xưa, chậm và chắc đã từng thắng cuộc đua

Bởi vì con thỏ di chuyển nhanh đã quyết định nghỉ ngơi một chút

Nhưng mọi chuyện giờ đã thay đổi vì nạn phá rừng

Cả rùa và thỏ đều thua cuộc

Rùa có thể đánh lừa con cáo thông minh bằng chiếc khiên cứng của mình

Nhưng rùa không thể sống sót và lừa đảo trong lĩnh vực nông nghiệp

Rùa đã mở miệng vào lúc đáng lẽ phải ngậm lại

Bay trên trời mà không thắt dây an toàn hay dù dù là không đúng

Cả sếu lẫn rùa đều không dùng bông bịt tai

Phản ứng với tiếng ồn và tiếng reo hò luôn mang lại sự tức giận hoặc nước mắt.

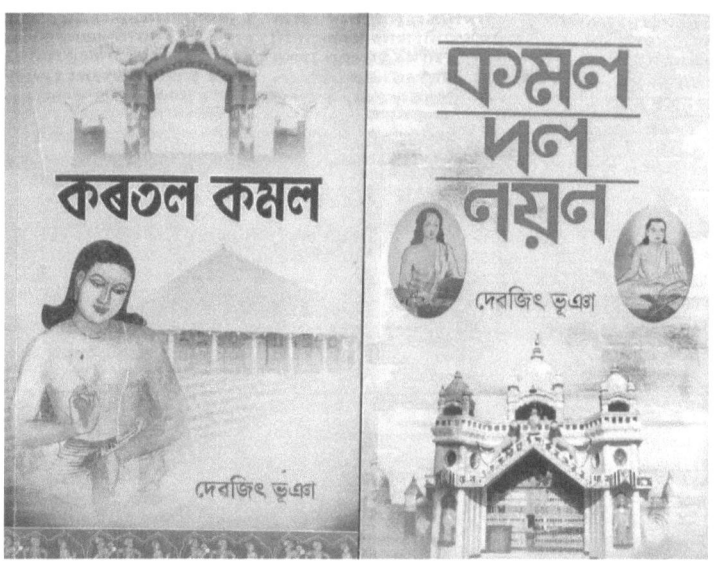

# Con quạ và con cáo

Cáo lừa được quạ và thưởng thức miếng thịt

Quạ trả thù bằng cách giải thoát gà mái khỏi miệng cáo

Mơ thấy con quạ uống nước trong chậu bỏ sỏi

Con cáo cố gắng ăn nho nhảy nhiều lần mà không thành công

Quạ cười nhạo thất bại với tư thế troll, xúc phạm

Nếu đại bàng có thể nâng được một con cừu thì tại sao con quạ lại không nghĩ vậy

Cô ấy mắc kẹt trên sợi len và đối với con cáo, nó mang lại niềm vui

Cáo cầu trời cho lũ chảy qua cây tre

Nơi con quạ sẽ đậu sau khi bay tự do trên bầu trời

Chúa trời trút mưa xuống buộc con cáo phải nổi trên dòng nước lũ

Cáo nhận ra sai lầm và cầu mong thời tiết tốt đẹp trở lại

Nếu hàng xóm thông minh và thành đạt thì đừng ghen tị

Nếu cố gắng cạnh tranh mà không có năng lực thì điều kiện sẽ là nhẫn tâm.

# Tìm giải pháp của riêng bạn

Muốn sống hai trăm năm?
Hãy là một con rùa hoặc cá voi xanh và tận hưởng
Muốn bay cao trên bầu trời xanh?
Trở thành đại bàng, bạn có thể thử
Bạn muốn chạy nhanh để có sức khỏe tốt?
Hãy là một con báo và bạn sẽ dẫn đầu tất cả
Muốn cao và nhìn xa?
Hãy là một con hươu cao cổ và ăn lá từ cây biết nói
Bạn muốn sống một cuộc sống không có sự kiểm soát?
Trở thành chú ngựa vằn mà con người không thể thuần hóa
Muốn cãi nhau và sửa người khác?
Hãy là một con chó rottweiler và cắn người khác
Bạn muốn ngủ suốt cả ngày lẫn đêm?
Hãy là một chú gấu túi và không cần phải làm việc và chiến đấu
Bạn muốn ăn nhiều hơn và quá nhiều thức ăn?
Để bạn trở thành một con voi là tốt
Bạn muốn đi du lịch mà không cần hộ chiếu và visa?
Trở thành sếu Siberia là lựa chọn tốt nhất
Nhưng vì bạn là một con người có trí thông minh
Bạn muốn gì và ưu tiên gì, bạn sẽ tìm ra giải pháp cho riêng mình.

# Sẽ không có ai kéo bạn lên

Không ai giúp đỡ bạn khi bạn vấp ngã

Mọi người đều chạy đua để giành vương miện

Trong cơn vội vã điên cuồng, bạn có thể bị nghiền nát

Xác chết của bạn có thể trở thành đá lót đường

Hãy luôn nhớ rằng, trong thế giới chuyển động này, bạn chỉ có một mình

Sẽ không có ai đến lau nước mắt và bôi dầu thơm cho bạn

Ở một mình phải đứng lên và giữ bình tĩnh

Cuối cùng thì ai cũng sẽ đến cùng một nơi

Nỗi đau, niềm vui, nước mắt mọi thứ sẽ tan vỡ

Vậy thì tại sao phải tham gia cuộc đua chuột với nỗi sợ hãi mỗi phút giây bị ngã?

Khi bạn biết rằng cuối cùng, thất bại hay thành công không được tính

Di chuyển chậm và ổn định vì không có gì để mất hoặc đạt được

Bằng cách này, trong suốt cuộc hành trình, bạn có thể tránh được căng thẳng và đau đớn.

# Ghen tuông, ghen tị, ghen tuông

Ông đã cầu nguyện nhiều năm để được Chúa ban phước lành

Cuối cùng, Chúa xuất hiện và hỏi, 'con muốn gì con ta?'

'Tôi muốn bất cứ điều gì tôi yêu cầu, tôi sẽ nhận được ngay lập tức'

'Nhưng tại sao bạn lại cần một phước lành như vậy?' Chúa hỏi

'Tôi muốn thực hiện mong muốn được hạnh phúc và giàu có'

Tôi chỉ có thể ban phước lành này cho bạn với điều kiện chứ không phải tuyệt đối, Chúa trả lời

'Tôi chấp nhận mọi điều kiện', chỉ thực hiện mong muốn của tôi

'Bạn sẽ có được những gì bạn muốn, nhưng hàng xóm của bạn sẽ nhận được gấp đôi'

Nhưng nếu bạn cố gắng làm hại người khác thì mọi thứ sẽ tan biến, Chúa cảnh báo

Được tôi chấp nhận, người đàn ông nói, Chúa nói 'Amen( তথাস্তু )' và biến mất

'Hãy cho tôi một tòa nhà hai tầng thật đẹp' người đàn ông ước

Ngay lập tức sự việc xảy ra cùng với tòa nhà bốn tầng của người hàng xóm

O' Lẽ ra tôi phải có mười chiếc ô tô đẹp trong nhà

Chuyện xảy ra ngay lập tức với hai mươi chiếc xe đẹp sang hàng xóm

Tôi nên có một bể bơi ở sân sau nhà mình

Ngay lập tức chuyện xảy ra với 2 bể bơi sang nhà hàng xóm

Trong vòng một tuần, người đàn ông trở nên thất vọng và ghen tị với người hàng xóm của mình.

Chẳng mấy chốc, anh ta trở nên tức giận khi nhìn thấy sự giàu có của người hàng xóm

Nghĩ cách đánh bại hàng xóm, người đàn ông trở nên điên loạn

Nhìn sang nhà hàng xóm, anh buồn vô cùng

Anh hàng xóm vui vẻ đi dạo gần hai bể bơi của mình

Nhìn thấy người hàng xóm vui vẻ, giải pháp chợt nảy ra trong đầu anh

"Hãy để một mắt của tôi bị hỏng" người đàn ông mong muốn nhìn sang người hàng xóm

Ngay lập tức người hàng xóm bị mù và ngã xuống bể bơi ở đó

Hàng xóm tử vong vì không biết bơi

Người đàn ông nói: Hỡi Chúa, hãy lấy lại phước lành của bạn.

# Tử vong và bất tử

Nếu muốn chết thì bạn sẽ không chết vì bạn là người bất tử

Nếu bạn muốn sống mãi thì bạn sẽ chết, vì bạn là phàm nhân

Bản năng cơ bản của cuộc sống là sống và sống mãi

Nhưng quy luật tự nhiên thì ngược lại, kẻ mạnh nhất cũng phải chết

Hai thế lực đối lập, sự sống và cái chết, không ngừng hoạt động

Đó là lý do vì sao quá trình tiến hóa của các loài diễn ra liên tục và không bao giờ dừng lại

Một số sẽ sống được vài giờ; một số sẽ sống được năm trăm năm

Nhưng không ai, thiên nhiên có sự đối xử đặc biệt hay rơi nước mắt

Chừng nào bạn còn sống và sự chết cứng chưa bắt đầu

Bạn không phải là phàm nhân, và sự bất tử vẫn chưa rời đi.

# Tôi không biết mục đích

Mục đích của cuộc sống là sinh ra con cái
Hay mục đích của cuộc sống là bảo vệ mã di truyền?
Mục đích của cuộc sống là ăn ngon và ngủ ngon
Hay mục đích là tạo ra một câu chuyện để thế hệ sau kể lại?
Mục đích của cuộc sống là tích lũy tiền bạc và của cải
Và bỏ lại mọi thứ vào lúc lên thiên đường hay địa ngục?
Mục đích sống là theo đuổi bình yên và hạnh phúc
Thế thì tại sao trong cuộc sống lại có nhiều hoạt động và kinh doanh đến thế?
Mục đích của cuộc sống là giảm thiểu nỗi đau và tối đa hóa sự thoải mái
Khi đó sống trong tình trạng hôn mê sẽ là phương sách tốt nhất;
Mục đích của cuộc sống là sống và để người khác sống
Vậy thì làm sao chúng ta có thể ăn thịt gà, thịt cừu và các loài động vật?
Nếu cầu nguyện với đấng sáng tạo và đánh bóng táo là mục đích
Tại sao tổ tiên của chúng ta, loài tinh tinh, lại không bao giờ tham gia khóa học này?
Cuộc sống nếu không có mục đích hoặc không có đích đến
Chỉ cần sống hôm nay vui vẻ, bình yên là giải pháp duy nhất;
Khi chúng ta cố gắng tìm kiếm mục đích, chúng ta đang ở trong rừng sâu không có la bàn
Tốt hơn hết hãy sống cuộc sống của bạn, xây dựng con đường du lịch của riêng bạn mà không cần suy nghĩ về sự bế tắc.

# Tiền khó kiếm được của chúng tôi biến mất ở đâu?

Cả cuộc đời chúng ta thu được năng lượng để vượt qua trọng lực và ma sát

Nhưng không trọng lực và không ma sát sẽ đẩy sự sống vào trạng thái ngủ đông

Điện từ và lực hạt nhân với trọng lực là nguồn sống

Ma sát rất quan trọng để điều hướng quá trình sống vật chất của chúng ta

Hầu hết số tiền khó kiếm được của chúng ta đều bị tiêu hao bởi trọng lực

Những chiếc váy và đồ trang trí đẹp chỉ là phần bổ sung

Để mang theo tất cả hành lý thêm một lần nữa chúng ta phải tiêu tốn sức lực

Trò chơi với lực hấp dẫn, điện từ và lực hạt nhân là sự sống

Vai trò của ma sát là làm mọi việc do vợ làm

Chuyển hóa thức ăn thành năng lượng và dùng năng lượng để chiến thắng các lực

Để thực hiện công việc chính này để sinh tồn, người tinh khôn không có nguồn thay thế nào

Cây cối ở vị trí tốt hơn về mặt trọng lực và ma sát

Ngay cả đối với thực phẩm, quá trình quang hợp là giải pháp dễ dàng và bí mật duy nhất của chúng.

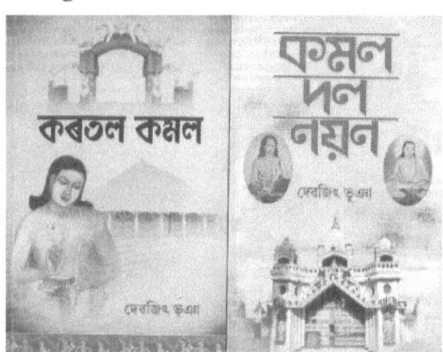

# cầy mangut

Anh không hề biết ghét bỏ, đố kỵ hay phức tạp của đời người

Anh chỉ yêu chủ nhân và đứa con của mình từ tận đáy lòng

Không có động cơ thầm kín hoặc quan tâm đến tình yêu và lòng trung thành của anh ấy

Anh ta là một con vật có bản năng động vật và trí óc độc ác hơn con người

Vì vậy, anh đã chiến đấu với cái chết và cầu nguyện để cứu sống đứa con của chủ nhân

Và anh đã thành công nhờ sự chính trực và tình yêu với chủ nhân của mình

Sự cống hiến và ý chí rõ ràng của anh ấy để bảo vệ người bạn trẻ của mình

Nhưng tâm trí con người phức tạp và có dây luôn nghĩ tiêu cực trước tiên

Nhìn máu trên người cầy mangut, bà liền giết chết nó

Bởi vì lúc đầu tích cực và tốt đẹp thì rất ít người có thể nghĩ được.

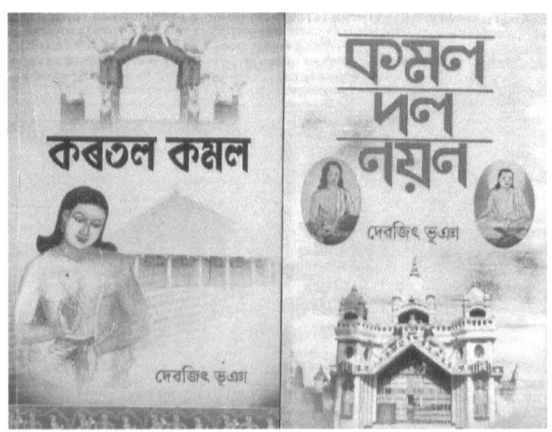

# Ơn Chúa

Phước lành của Chúa giống như đánh giá nội bộ và điểm thi

Nếu bạn cầu nguyện, thực hiện lễ puja và dâng tiền hoặc vàng cho anh ấy, bạn sẽ nhận được phước lành

Nếu bạn không làm tất cả những điều này, bạn sẽ vẫn sống nhưng thành công vẫn đang chờ đợi

Tuy nhiên, không cần cầu nguyện, bạn cũng có thể vượt qua kỳ thi bằng cách chăm chỉ học lý thuyết

Không có nước sơn táo cũng có nhiều người viết truyện hay hơn

Những người cầu nguyện hàng ngày cũng chết vì bệnh tật và tai nạn

Đối với những người không sùng đạo cũng vậy, sự sống và cái chết đều có những thành phần giống nhau

Không hiểu tại sao những kẻ môi giới tôn giáo lại coi trọng việc cầu nguyện hơn

Chưa ai từng thấy Chúa ở đâu trong hình dạng một người ăn xin đói khát

Bằng chứng khoa học về sự nhập thể của Thiên Chúa dưới hình thức vật chất là rất hiếm

Để nhận được phước lành của Chúa, sự trung thực, trung thực, chính trực là những thành phần tốt hơn.

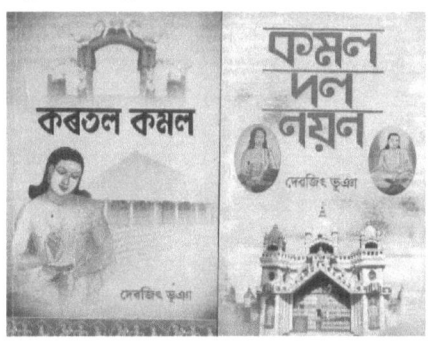

# Tốt hơn là trở thành một cây gỗ chết

Tôi là gỗ chết, nằm dưới nắng và mặt trăng

Đang suy tàn nhanh để sớm bị đất mẹ hấp thụ

Tuy nhiên, đối với rêu, nấm, xác chết của tôi là một món quà

Cung cấp cho họ thức ăn và dinh dưỡng ngay cả sau khi chết

Đối với họ, tôi là người cầm đuốc cho con đường tương lai

Cho đến khi tôi hoàn toàn hòa mình vào đất và trở thành một phần của nó

Ngày càng nhiều cỏ dại và côn trùng sẽ bắt đầu cuộc sống mới

Một ngày nào đó loài chim nào đó sẽ thả hạt giống của loài tôi vào đây

Tôi sẽ lớn lên trở lại thành một cái cây lớn và những cành chim sẽ chia sẻ

Trong quá trình đó tôi là phàm nhân bất tử, và đối với cây cối mọi người đều phải quan tâm.

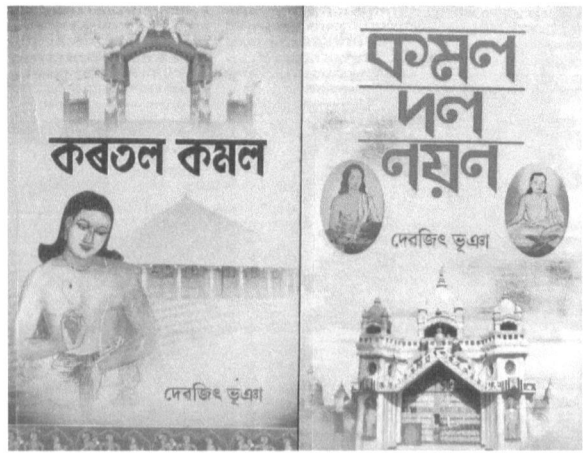

# Tôi đang sống cùng zombie

Tôi đang sống trong bầy zombie
Bị nghiện tiền bạc và dục vọng
Hệ thống giá trị của họ đã mục nát rỉ sét
Không sẵn sàng làm sạch bụi tích tụ
Chỉ có tiền họ mới có niềm tin và sự tin tưởng
Mục tiêu là thu thập sự giàu có và sự bất tử
Theo đuổi sự sống mãi, mất đi đạo đức
Vì mục đích duy nhất của họ, sẽ từ bỏ sự chính trực
Không ai có thể thay đổi thái độ của bầy đàn
Đức Phật, Chúa Giêsu và những người khác trở nên mệt mỏi
Hàng ngàn quý ông qua đời và nghỉ hưu
Tuy nhiên, vì lòng tham và dục vọng, lũ thây ma không hề mệt mỏi.

# Và cuộc sống diễn ra như thế này

Thứ Hai, Thứ Ba, Thứ Bảy và một tuần đã trôi qua
Một buổi sáng đẹp trời là lúc nộp phí hàng tháng
Tháng giêng trở thành tháng hai, tháng ba, chợt tháng mười hai chuyển sang
Thời gian vẫn tiếp tục đứng đợi xe buýt và tàu lửa
Chờ đợi ở phòng chờ sân bay là lãng phí thời gian trên cánh máy bay
Những giờ lái xe dài để đến đích là vô ích
Chúng ta dành 1/3 cuộc đời trên giường luôn không biết gì
Sáu giờ học những thứ không cần thiết trong đời sinh viên chẳng có giá trị gì
Chờ đợi bên ngoài phòng bác sĩ chúng ta nhận ra, thời gian thật chậm
Chúng ta đã xếp hàng bao nhiêu tháng không ai đếm được
Ba giờ vào phòng thi từ khi còn nhỏ là một số lượng lớn
Chúng ta dành bao nhiêu thời gian cho bản thân để làm cho cuộc sống tốt đẹp hơn chúng ta không bao giờ đếm được
Trong cùng một chu kỳ, chúng ta di chuyển vòng tròn và vòng tròn
Không có con người nào là một hành tinh, nhất định phải di chuyển quanh mặt trời trong một thời gian nhất định
Nếu bạn không thể thoát khỏi thói quen thoải mái, đối với bạn sẽ không có ánh nắng
Chạy trong cuộc đua tốc độ để đạt được thành công ảo tưởng và vỗ tay
Để sống cuộc sống của riêng bạn theo cách độc đáo của riêng bạn, bạn đang tụt lại phía sau
Khi thời gian trôi qua và bạn buộc phải đi xuống nấm mồ
Bạn nhận ra, tôi chưa bao giờ nghĩ khác vì tôi nhút nhát, không dũng cảm.

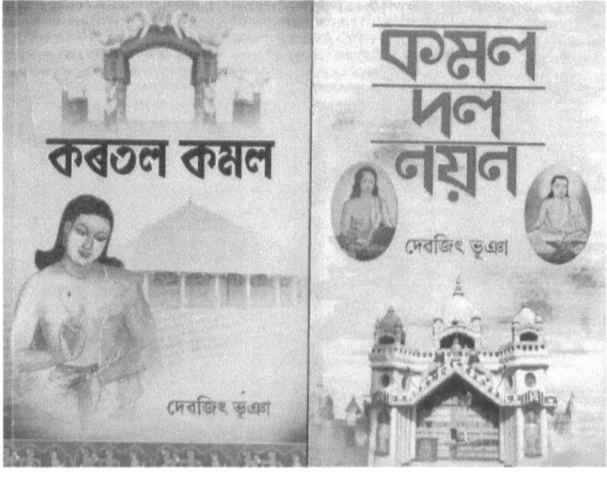

# Trái tim tan vỡ

Khi trái tim chợt tan vỡ

Một số người trở nên say rượu

Nhưng đây không phải là phương thuốc đã được chứng minh

Cuộc sống của bạn có thể dễ dàng bị đánh cắp

Bất kì khoảnh khắc nào điều gì cũng có thể xảy ra;

Quên đi quá khứ và bước tiếp thì dễ nói

Nhưng không phải ai cũng có thể trở thành gay

Đối với trái tim tan vỡ, một cái giá chúng ta phải trả

Khi chúng ta suy nghĩ trong cô độc, chúng ta có thể tìm ra cách

Mặt trời mỗi buổi sáng gửi cho chúng ta niềm hy vọng và tia sáng mới;

Khi trái tim tan vỡ, có người tự tử

Nhưng trong lúc đau buồn, đừng vội quyết định

Nhìn vào nỗi đau khổ của người ngoài

Dù có tuyệt vọng, nỗi đau cũng dần dần nguôi ngoai

Giải pháp cho mọi vấn đề, bạn sẽ chỉ tìm thấy bên trong.

# Công nghệ không thể ngăn cản

Nền văn minh đã thay đổi về bản chất

Mọi người bây giờ có nhiều thông tin hơn và thông minh hơn

Khó truyền bá tôn giáo nhờ sức mạnh của kiếm

Bạn cũng không thể ép buộc chủ nghĩa cộng sản bằng nòng súng

Tuy nhiên, việc cướp đoạt nền dân chủ bằng quân đội không phải là hiếm

Một số người chưa chấp nhận nguyên tắc chung sống

Để bảo vệ niềm tin của họ, trên khắp thế giới, chúng ta thấy sự phản kháng

Nhưng sự phát triển của các nền văn minh là liên tục với sự bền bỉ

Công nghệ, sóng mang, không bao giờ bận tâm về ranh giới

Và giờ đây đang nhấn chìm nhân loại như đám cháy rừng, không thể ngăn cản

Chẳng bao lâu nữa, mọi tệ nạn của hệ thống xã hội chia rẽ sẽ tan thành đống đổ nát.

# Bất bình đẳng giới

Cô lau nước mắt dưới chiếc burka và nhìn lên bầu trời
Bốn đứa trẻ đang kéo quần áo của cô
Chỉ mới sáu năm trước khi cô rời bỏ mẹ mình
Cô khóc mãi nhưng không ai lắng nghe cô
Là con cả trong mười người con, phải chấp nhận nikah
Trách nhiệm của cô còn thuộc về sáu người chị em của mình.
Làm sao họ có thể kết hôn, người lớn nhất đang có mặt ở nhà
Cô chỉ mới mười ba tuổi khi việc thâm nhập được thực hiện lần đầu tiên
Vẫn nhớ cô ấy đã sợ hãi thế nào khi nhìn chồng mình
Ba người vợ còn lại của người đàn ông cũng đau lòng nhìn cô
Nhưng họ không còn cách nào khác ngoài việc gửi cô đến phòng ngủ mới.
Giờ đây cả 4 người phụ nữ đều chung sống với nhau đầy hận thù và ghen tuông
Bởi vì họ có con cái phải nuôi dưỡng và giáo dục
Hy vọng điều tương tự sẽ không xảy ra với họ, một ngày nào đó mặt trời sẽ mọc
Và thế giới sẽ thoát khỏi tình trạng bất bình đẳng giới nhân danh Chúa.

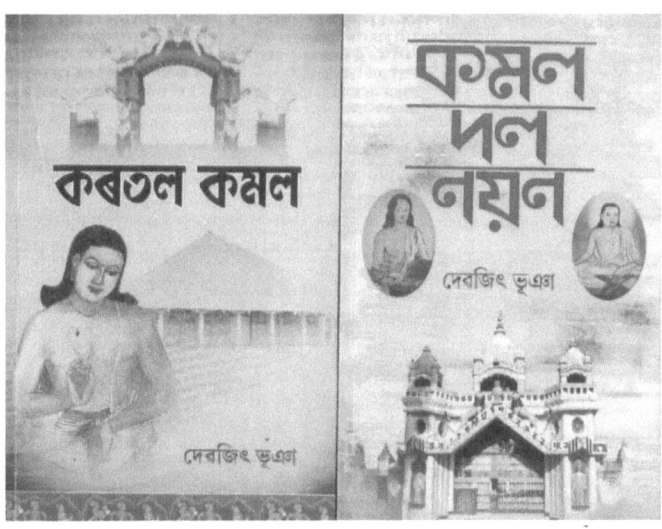

# Một ngày nào đó sẽ không còn trần kính

Ngày xửa ngày xưa, cô bị buộc phải chết ở nơi hỏa táng
Họ chơi nhạc và đánh trống ầm ĩ, không nghe thấy âm thanh đau đớn của cô
Cô bị đối xử như nô lệ và lao động ngoại quan để phục vụ nam giới
Ngay cả hoàng hậu cũng bị bịt mắt suốt đời vì vua bị mù
Cô bị trục xuất không lý do, logic chỉ để thỏa mãn cái tôi của đàn ông
Thậm chí cô còn không thể phát âm tên chồng mình giữa mọi người
Cô sống như một con chim bị nhốt trong lồng và đẻ trứng để bảo tồn DNA
Những người môi giới tôn giáo thậm chí còn cấm cô vào chùa
Nhưng lòng dũng cảm của cô để mang theo ánh sáng văn minh không bao giờ làm tê liệt
Vì thế mà người ta vẫn gọi một nước là đất mẹ và ngôn ngữ là tiếng mẹ đẻ
Bây giờ cô ấy đã ra khỏi lồng giữa bầu trời rộng mở, còn bao nhiêu độ cao, cô ấy phải bay
Một ngày nào đó sẽ không còn sự phân biệt giới tính và trần kính sẽ biến mất
Phẩm giá của tình mẫu tử và vẻ đẹp của nữ tính không ai có thể làm lu mờ được.

# Chúa không quan tâm đến nhà cầu nguyện của mình

Thế giới đầy rẫy những nhà thờ Hồi giáo, nhà thờ và đền chùa

Nhưng hòa bình và tình huynh đệ trên thế giới thường xuyên làm tê liệt

Giải pháp cho nhân loại không có bạo lực và chiến tranh không đơn giản

Nhân danh Chúa, tất cả các tôn giáo đều chơi xấu và rê bóng

Ngay cả trong tháng chay Ramadan, người ta vẫn gây rắc rối;

Chúa chưa bao giờ cố gắng bảo vệ nhà cầu nguyện của mình ở bất cứ đâu trên thế giới

Đối với những thánh đường, nhà thờ, đền thờ bị phá hủy, anh lạnh lùng

Để ngăn chặn những vụ giết người nhân danh Chúa, anh chưa bao giờ cố gắng táo bạo

Thông qua sự tiến hóa và quá trình tự nhiên, mọi thứ diễn ra

Một ngày nào đó ý tưởng về Chúa thụ động và không hoạt động sẽ không còn được bán nữa;

Sự chia rẽ con người nhân danh Thiên Chúa, gây đau khổ cho nhân loại

Cái gọi là thành phố thánh đã mở kho bạc sinh lời

Để mua vũ khí đạn dược, các nhà lãnh đạo tôn giáo đang cho vay nặng lãi

Ngày nay, khủng bố và bạo lực, các địa điểm tôn giáo là vườn ươm

Ngoại lệ duy nhất là tu sĩ Phật giáo có tu viện.

# Giới thiệu về tác giả

**Devajit Bhuyan**

DEVAJIT BHUYAN, một kỹ sư điện chuyên nghiệp và là nhà thơ từ trái tim, thành thạo sáng tác thơ bằng tiếng Anh và tiếng mẹ đẻ Assamese. Ông là thành viên của Viện Kỹ sư (Ấn Độ), Trường Cao đẳng Nhân viên Hành chính Ấn Độ (ASCI) và là thành viên trực tiếp của Asam Sahitya Sabha, tổ chức văn học cao nhất của Assam, xứ sở trà, tê giác và Bihu. Trong suốt 25 năm qua, ông là tác giả của hơn 70 cuốn sách được xuất bản bởi các nhà xuất bản khác nhau bằng hơn 45 ngôn ngữ. Tổng số sách được xuất bản của ông bằng tất cả các ngôn ngữ lên tới 157 và tăng lên hàng năm. Trong số những cuốn sách đã xuất bản của ông, khoảng 40 cuốn là sách thơ tiếng Assam, 30 cuốn là sách thơ tiếng Anh và 4 cuốn dành cho trẻ em và 1 cuốn về 10 cuốn về các chủ đề khác nhau. Thơ của Devajit Bhuyan bao gồm mọi thứ có sẵn trên hành tinh trái đất của chúng ta và có thể nhìn thấy dưới ánh mặt trời. Ông đã sáng tác thơ từ con người đến động vật đến các ngôi sao, thiên hà, đại dương, rừng rậm, nhân loại, chiến tranh, công nghệ đến máy móc và mọi vật chất sẵn có và những thứ trừu tượng. Để biết thêm về anh ấy, vui lòng truy cập *www.devajitbhuyan.com* hoặc xem kênh YouTube của anh ấy *@careergurudevajitbhuyan1986*.

www.ingramcontent.com/pod-product-compliance
Lightning Source LLC
LaVergne TN
LVHW041850070526
838199LV00045BB/1524